Kusimama Katika Pengo kwa Ajili ya Mataifa

- Pointi 320 za Maombi ya Kimkakati kwa Milima Saba ya Ushawishi

Mkesha wa Siku 40 wa Maombezi kwa Kanisa, Viongozi, na Kuanzishwa kwa Ufalme wa Mungu katika Mataifa

Kuhamasisha Waombezi milioni 10 kwa Mfululizo wa MATAIFA | 2

Kwa

Zacharia Godseagle ;
Amb . MO Ogbe ;
C . Ladi Ogbe ;

Table of Contents

HAKI MILIKI © UKURASA

Kusimama Katika Pengo kwa Ajili ya Mataifa Vidokezo 320 vya Maombi ya Kimkakati kwa Milima Saba ya Ushawishi - Mkesha wa Siku 40 wa Maombezi kwa Kanisa, Viongozi, na Kuanzishwa kwa Ufalme wa Mungu katika Mataifa

Kuhamasisha Waombezi milioni 10 kwa Mfululizo wa MATAIFA | 2

WAANDISHI
Zacharias Godseagle
Balozi Monday O. Ogbe
Comfort Ladi Ogbe

MCHAPISHAJI
Zacharias Godseagle na Huduma za Godseagle Imechapishwa na: **Zacharias Godseagle**
Wasiliana - https://www.otakada.org
ambassador@otakada.org
Simu/SMS +13024922440;
WhatsApp +2348032835348

TAARIFA YA MAANDIKO
Isipokuwa imeonyeshwa vinginevyo, nukuu za Maandiko zimechukuliwa kutoka kwa tafsiri za Kiingereza zinazotumika sana. Msisitizo umeongezwa katika sehemu za uwazi na umakini wa ibada.

TAARIFA ZA UCHAPISHAJI
Imechapishwa Marekani
Toleo la Kwanza

Kujitolea

Kitabu hiki kimetolewa wakfu kwanza kabisa kwa **Bwana Yesu Kristo** , Kuhani Mkuu wa milele ambaye huwaombea watu wake kila mara.

Inatolewa kwa shukrani kwa **Roho Mtakatifu** , ambaye mwongozo wake, imani yake, na nguvu zake hufanya maombezi yote ya kweli yawezekane.
Pia ninaweka wakfu kazi hii kwa waumini wengi kote ulimwenguni ambao wanasimama kwa uaminifu katika pengo kwa ajili ya Kanisa na kwa ajili ya mataifa. Maombi yenu, ambayo mara nyingi hayaonekani na hayasikilizwi na wanadamu, yanajulikana na kuheshimiwa na Mungu.

Hatimaye, kitabu hiki kimetengwa kwa ajili ya familia yangu, ambayo msaada, uvumilivu, na kutia moyo vimedumisha kazi hii kwa miaka mingi.

Rasilimali hii iwaimarishe wote wanaobeba mzigo wa maombi na kuwatia moyo wengi zaidi kuinuka na kusimama pengoni kwa madhumuni ya Mungu duniani.

SHUKRANI

Ninamshukuru sana **Mungu Baba, Bwana Yesu Kristo, na Roho Mtakatifu** , ambaye mwongozo wake, rehema, na nguvu zake vimedumisha kazi hii ya maombezi kwa miaka ishirini iliyopita. Bila neema yake na uongozi wake wa kila mara, hakuna safari yoyote kati ya hizi ambayo ingewezekana. Ninashukuru sana **familia yangu** , hasa mke wangu, ambaye nguvu, imani, na uvumilivu wake wakati wa matukio yaliyoanza safari hii mwaka wa 2006 vilikuwa mlango ambao kazi hii ilizaliwa. Msaada na uvumilivu wenu kwa miaka mingi umekuwa chanzo cha kutia moyo kila mara.

Pia ninawatambua **waumini na waombezi wengi** ambao wamebeba mzigo wa maombi pamoja nami kwa uaminifu. Wengi wa watu hawa bado hawaonekani na hawajulikani kwa ulimwengu mpana, lakini maombi yao yamekuwa muhimu katika kudumisha lindo hili la maombezi kwa ajili ya Kanisa na mataifa.

Shukrani zangu pia ziwaendee **wachungaji, viongozi wa kanisa, na huduma** wanaofanya kazi kwa uaminifu ili kuwafanya wanafunzi na kuendeleza injili ya Yesu Kristo. Kujitolea kwenu kwa kazi ya Ufalme kunaendelea kuhamasisha na kuimarisha mwili wa Kristo.

Mwishowe, nawashukuru wote watakaoshiriki katika lindo hili la maombi kupitia mwongozo huu. Bwana awaimarishe mikono yenu, aimarishe imani yenu, na awawezeshe kusimama kwa uaminifu katika pengo kwa ajili ya Kanisa na mataifa.

Balozi Jumatatu O. Ogbe
Zakaria Godseagle

KUHUSU KITABU – Kusimama Katika Pengo kwa Ajili ya Mataifa

Pointi 320 za Maombi ya Kimkakati kwa Milima Saba ya Ushawishi

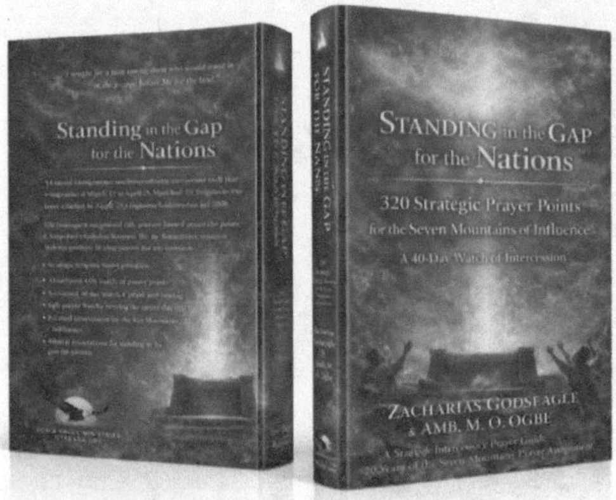

Mkesha wa Siku 40 wa Maombezi kwa Kanisa, Viongozi, na Kuanzishwa kwa Ufalme wa Mungu katika Mataifa

Kuhamasisha Waombezi milioni 10 kwa Mfululizo wa MATAIFA | 2

Kwa zaidi ya miaka ishirini, wito wa kinabii wa maombezi umeunda mgawo wa kipekee wa maombi kwa Kanisa. Mnamo 2006, wakati wa kipindi kigumu cha mgogoro wa kibinafsi huku mkewe akipitia dharura ya kimatibabu iliyohatarisha maisha huko London, **Balozi Monday O. Ogbe** alipata kukutana sana na Bwana. Katika wakati huo wa kutokuwa na uhakika na kujisalimisha, Bwana aliweka amri iliyo wazi moyoni mwake:

"Ombeni kwa ajili ya Kanisa Langu na waombeeni viongozi wa mataifa popote walipo katika milima ya ushawishi."

Kutokana na mkutano huo kuliibuka kazi ya maombezi ya maisha yote kwa ajili ya Kanisa na kwa ajili ya mataifa—hasa kwa wale wanaohudumu ndani ya **Milima Saba ya Ushawishi** :

• Dini
• Familia • Elimu • Serikali • Vyombo vya Habari na Mawasiliano • Sanaa na Utamaduni • Biashara na Uchumi

Nyanja hizi huunda maadili, mwelekeo, na maamuzi ya jamii na mataifa. Waumini wanapoomba kimkakati kwa ajili ya maeneo haya, wanashiriki katika kazi ya Mungu ya mabadiliko duniani.

Kuanzia **mwaka 2006** , msimu huu mtakatifu wa maombi na kufunga umekuwa ukizingatiwa kwa uaminifu kila mwaka kuanzia **Machi 17 hadi Aprili 25.** Kile kilichoanza kama tendo la kibinafsi la utii polepole kikawa mwangalizi unaoendelea wa maombezi uliobebwa na waumini wanaoshiriki mzigo wa kuombea Kanisa na mataifa.

Sasa, **miaka ishirini baadaye** , kijitabu hiki kimeandaliwa ili kuwasaidia wengine kushiriki katika kazi hiyo hiyo. Pia kinatafsiriwa katika **lugha zaidi ya 50** , kikiwa na maono ya kuhamasisha harakati ya duniani kote ya **waombezi milioni 10** .

Kuwa sehemu ya harakati hii ya uombezi wa kimataifa kwa ajili ya utukufu wa Mungu.

Rasilimali hii hutoa mfumo uliopangwa wa maombezi na inajumuisha:

• Pointi 320 za maombi ya kimkakati yanayotegemea Maandiko
• Siku 40 za maombezi yenye mwelekeo
• Lindo nane za maombi kila siku
• Misingi ya Kibiblia ya mabadiliko ya kitaifa na kitamaduni
• Maombi yanayolengwa kwa ajili ya Milima Saba ya Ushawishi

Maombi haya si tafakari za ibada tu. Ni **maombezi ya kiserikali** —maombi yanayooanisha Kanisa na makusudi ya ukombozi ya Mungu kwa viongozi, tamaduni, na mataifa. Kijitabu hiki kinawaalika waumini, waombezi, vikundi vya maombi, na makanisa kujiunga katika zamu ya pamoja ili:

• Kanisa litainuka katika usafi, umoja, na mamlaka ya kiroho
• Viongozi katika milima ya ushawishi watakutana na hekima ya Mungu • Injili itawafikia wale ambao bado hawajaamini • Na Ufalme wa Mungu utaanzishwa katika mataifa

Wito unabaki vile vile leo kama ulivyokuwa mwanzoni:
Simama kwenye pengo.
Na kupitia maombi ya uaminifu, mapenzi ya Mungu yatimizwe **duniani kama yalivyo mbinguni** .

Shalom.
Zacharias Godseagle
Amb . MO Ogbe
C. Ladi Ogbe
Huduma za Tai wa Mungu
https://www.otakada.org
ambassador@otakada.org

Mapitio ya Wasomaji wa Mapema

Sauti kutoka kwa Waombezi

"Kusimama Katika Pengo kwa Ajili ya Mataifa ni zaidi ya mwongozo wa maombi—ni mwongozo wa kimkakati wa utawala wa kiroho. Lindo zilizopangwa, misingi ya maandiko, na maombi yanayolengwa kwa ajili ya Milima Saba hufanya hii kuwa zana yenye nguvu kwa waombezi makini."
— Mchungaji Mkuu na Kiongozi wa Ufalme

"Kitabu hiki kina uzito wa miongo kadhaa ya utii katika maombi. Maombi ni ya ujasiri, ya kimaandiko, na ya kinabii. Kinawaandaa waumini kuomba zaidi ya mahitaji yao binafsi na katika makusudi ya Mungu kwa mataifa."
— Kiongozi wa Harakati ya Maombi ya Kimataifa

"Ni nadra kupata rasilimali ya maombi inayochanganya vita vya kina vya kiroho, maombezi ya uongozi, na maono ya Ufalme wa kimataifa. Mwongozo huu utawasha kiwango kipya cha maombi kwa watu binafsi na makanisa pia."
— Kiongozi wa Huduma ya Kitume

"Muundo wa siku 40 wenye lindo nane za maombi kila siku huunda mdundo wa nidhamu wa maombezi unaowalinganisha waumini na ajenda ya mbinguni. Hii ni rasilimali yenye nguvu kwa vikundi vya maombi na huduma."
— Mkurugenzi wa Mtandao wa Maombi ya Maombezi

"Kukutana kwa mwandishi na Mungu na kujitolea kwa miongo miwili kwa kazi hii kunaipa kitabu hiki mamlaka isiyo ya kawaida. Ni cha vitendo na cha kinabii kwa undani."
— Mshauri wa Uongozi wa Kikristo

"Katika wakati ambapo mataifa yana machafuko, Kanisa linahitaji miongozo kama hii inayowaita waumini kurudi kwenye madhabahu ya maombi. Kazi hii inauandaa mwili wa Kristo kusimama katika pengo kwa ufanisi."
— Kiongozi wa Wizara ya Kimataifa

"Maombi katika mwongozo huu si ya kawaida au yasiyo na msimamo. Ni maombi ya kiserikali—matangazo ya ujasiri yaliyotokana na Maandiko ambayo yanaachilia makusudi ya Mungu juu ya miji na mataifa."
— Mratibu wa Maombi ya Maombezi

"Hiki ni mojawapo ya vitabu vya maombi vyenye maelezo zaidi kwa waombezi ambavyo nimewahi kuviona. Muunganiko wa mfumo wa Milima Saba na lindo za maombi zenye nidhamu ni wa ajabu."
— Mwandishi Mkristo na Mtaalamu wa Mikakati ya Maombi

"Kama wewe ni mwombezi, kiongozi wa kanisa, au sehemu ya harakati za maombi, kitabu hiki kitakuwa rafiki wa kudumu katika maisha yako ya maombi."
— Mchungaji na Mpanda Kanisa

"Kina cha Maandiko Matakatifu, matamko ya kinabii, na kufunga kwa mpangilio hufanya hii kuwa zana kubwa ya kiroho kwa wale wanaotamani kushirikiana na Mungu katika kuunda mustakabali wa mataifa."
— Kiongozi wa Misheni za Kimataifa

"Kusimama Katika Pengo kwa Ajili ya Mataifa huwaita waumini kurudi kwenye nafasi yao ya kikuhani—kuwaombea viongozi, jamii, na tamaduni ili Ufalme wa Mungu uweze kuanzishwa duniani."
— Mwalimu Mkristo

"Kitabu hiki hakifundishi tu maombi—kinaamsha maombezi. Kitawatia moyo waumini duniani kote kusimama kama walinzi wa Kanisa na mataifa."
— Mwezeshaji wa Harakati za Maombi

Dibaji

Wito wa Kusimama Katika Pengo

Kuna nyakati maishani ambapo Mungu hukatiza mdundo wa kawaida wa maisha yetu na kutuita katika jambo ambalo hatukuwahi kulitarajia.

Mara nyingi nyakati hizo hufika katikati ya kutokuwa na uhakika, udhaifu, na kujisalimisha—nyakati ambazo tunatambua kwamba nguvu zetu pekee hazitoshi.

Mwongozo huu wa maombi ni tunda la wakati kama huo. Mnamo **Machi 2006** , wakati wa msimu mgumu sana katika maisha ya familia yangu wakati mke wangu alikuwa hospitalini London akikabiliwa na kujifungua kwa shida, nilipata msukumo kutoka kwa Roho Mtakatifu ambao ungeunda mwelekeo wa miaka iliyofuata.

Kile kilichoanza kama tendo rahisi la utii—kuitikia hisia ya kuanza **kufunga kwa siku arobaini** —kilijidhihirisha haraka kuwa kitu kikubwa zaidi kuliko zoezi la kiroho la kibinafsi. Wakati huo wa maombi, mzigo ambao Bwana aliuweka moyoni mwangu haukuwa katika hali zangu binafsi. Badala yake, mawazo yaliyokuja yalielekezwa kwa **Kanisa, viongozi wake, na hali ya kiroho ya mwili wa Kristo katika mataifa yote** .
Lengo la maombi hayo lilirudiarudia kuelekea maeneo ambapo ushawishi unatekelezwa katika jamii—maeneo yanayounda mwelekeo wa jamii, tamaduni, na serikali.

Baada ya muda ikawa wazi kwamba hii haikukusudiwa kuwa uzoefu wa mara moja, bali mwanzo wa mgawo unaoendelea wa maombezi.

Tangu msimu huo wa kwanza mwaka wa **2006** , lindo hili la maombi na kufunga la siku arobaini limekuwa likizingatiwa kila mwaka kuanzia **Machi 17 hadi Aprili 25** .

Katika miaka hii kazi imebaki thabiti: kusimama pengo kwa ajili ya Kanisa, kuwaombea viongozi popote walipo ndani ya nyanja za ushawishi zinazounda ulimwengu wetu, na kutafuta makusudi ya Mungu kwa mataifa.
Kile kilichoanza kama tendo la kibinafsi la utii, kwa neema ya Mungu, kimekuwa mzigo wa pamoja unaobebwa na waumini wanaohisi wito uleule wa kuombea Kanisa na mataifa.
Kitabu hiki kinawakilisha hatua muhimu katika safari hiyo.
Tunapoadhimisha **miaka ishirini ya maombezi ya uaminifu** , mwongozo huu wa maombi umeandaliwa kuwasaidia wengine kushiriki katika zamu hii hiyo ya maombi.
Unatoa mfumo uliopangwa wa hoja za maombi zinazotegemea Maandiko zilizoundwa kuwaongoza waumini kupitia siku arobaini za maombezi yaliyolenga.

Matumaini yangu ni kwamba rasilimali hii itawatia moyo wengi kugundua upya nguvu ya kusimama mbele za Mungu kwa niaba ya wengine.

Kurasa zinazofuata zinajumuisha hadithi ya mkutano ulioanza kazi hii. Uzoefu huo uliunda mwelekeo wa safari hii ya maombi na unaendelea kunikumbusha kwamba Mungu bado anawaita watu wake kusimama pengoni kwa madhumuni Yake duniani.

Mwongozo huu na uimarishe kujitolea kwako kwa maombi, kuimarisha uhusiano wako na Roho Mtakatifu, na kukuhimiza kujiunga na kazi inayoendelea ya maombezi kwa ajili ya Kanisa na mataifa.

Mkutano Ulioanzisha Mgawo

Mnamo **Machi 16, 2006** , nilikuwa nikitembea huku na huko kwenye korido ya hospitali huko London. Mke wangu alikuwa amekuwa na uchungu wa kujifungua kwa siku tatu, na madaktari walikuwa wametuarifu kwamba ikiwa mtoto hangezaliwa kiasili asubuhi, angelazimika kufanyiwa upasuaji. Wakati huo hatukuwa tunamjua mama mkwe wangu alikuwa tayari ameona katika maono kwamba mke wangu huenda asingepona wakati wa kujifungua. Kwa bahati nzuri, hakutushirikisha hilo wakati huo.
Nilipotembea huku na huko kwenye korido ya hospitali, hisia kali ilikuja akilini mwangu—hisia iliyo wazi sana kiasi kwamba sikuweza kuipuuza. Wazo lilikuwa rahisi lakini lenye kuzidi:
Anza kufunga kwa siku arobaini kuanzia kesho.
Siku inayofuata itakuwa **Machi 17, 2006** .

Maagizo haya yalinishangaza. Sikuwahi kufunga siku arobaini hapo awali. Lakini nilijua kwamba hisia hii haikuwa ikitoka katika mawazo yangu mwenyewe.
Njia moja ya kutambua msukumo wa Roho Mtakatifu ni kwamba mara nyingi hutuongoza kufanya jambo la kimaandiko ambalo mielekeo yetu ya asili kwa kawaida ingepinga.
Kadri hisia hiyo ilivyoendelea, nilianza mazungumzo na Mungu katika mawazo yangu.
"Kama nitafunga kwa siku arobaini," niliuliza, "nitaomba nini?"
Jibu lilikuja kama hisia akilini mwangu. Niliagizwa kuchukua daftari na kuanza kuandika. Hapo hapo katika wodi ya hospitali nilianza kurekodi mizigo ya maombi iliyokuwa ikinijia.

Kwa mshangao wangu, maombi hayakuzingatia hali ya mke wangu. Badala yake, hisia zililenga wachungaji, makanisa, na umoja ndani ya mwili wa Kristo.

Wakati huo nilimwomba Mungu.
"Ikiwa nitakamilisha mfungo huu wa siku arobaini," niliomba, "ningependa kukuona kabla ya mfungo kuisha."
Hakukuwa na jibu kwa ombi hilo.
Baadaye nilielewa ni kwa nini.
Mara nyingi Mungu husubiri utii wetu kabla ya kufichua hatua inayofuata ya mpango Wake.

Maandiko yanaonyesha mpangilio huu waziwazi. Yona alipokimbia kutoka kwa kazi ya Mungu, Bwana alibaki kimya hadi Yona aliporudi katika hatua ya utii.
Hapo ndipo mazungumzo yakaanza tena.
Siku tatu kabla ya mwisho wa mfungo huo wa siku arobaini—mnamo **Aprili 22, 2006, saa 5:00 asubuhi** —Mungu alijibu ombi langu.

Nilikuwa nimeamka nusu wakati Kiumbe kilionekana katika umbo la mwanadamu. Mikono yake ilikuwa imekunjwa nyuma ya mgongo Wake, na akatembea polepole kuelekea kwangu kupitia eneo la dirisha hadi sebuleni.
Niliweza kuona umbo lake waziwazi, ingawa uso wake haukuonekana kikamilifu.

Alipokaribia, nafasi iliyonizunguka ilianza kutetemeka kwa nguvu kubwa. Eneo lililozunguka miguu yangu lilionekana kuyeyuka na kubadilika mara kwa mara aliposogea karibu.
Uwepo ulipofika kifuani na kichwani mwangu, nguvu iliongezeka zaidi ya kitu chochote ambacho nimewahi kukiona.
Nguvu ghafi ya wakati huo ni vigumu kuelezea.
Nilipoteza muda. Nikiwa nimezidiwa na nguvu ya mkutano huo, nilijikuta nikijikunja sakafuni, nikimwomba asimame na aniambie kile alichotaka nifanye.
Uzoefu huo uliashiria mwanzo wa safari ya kina zaidi na Mungu.

Baada ya mkutano huo nilianza kupokea ndoto na maono kuhusu mwili wa Kristo. Katika maono moja nilimwona Bwana Yesu akiingia chumbani, na mwili wake ulionekana umegawanyika—kila sehemu ikiwa imeunganishwa na ngozi nyembamba tu.
Kila sehemu iliwakilisha huduma.
Miunganisho kati yao ilikuwa dhaifu.
Maono hayo yalifunua ukweli mchungu: migawanyiko ndani ya Kanisa—ushindani, kiburi, na ushindani miongoni mwa huduma—vilikuwa vikidhoofisha umoja wa mwili wa Kristo.
Nilipomuuliza Bwana ni wapi ningefaa katika mwili huu uliogawanyika, jibu lake lilikuwa wazi:
"Tafuta makanisa yanayofanya wanafunzi. Msikubali kusukumwa na idadi."

Kuanzia wakati huo na kuendelea, mgawo huo ukawa wazi. Kila mwaka, kuanzia **Machi 17 na kuisha Aprili 25** , zamu ya maombi na kufunga ya siku arobaini ingezingatiwa—ikisimama pengoni kwa ajili ya Kanisa, viongozi wake, na mataifa.

Mwongozo huu wa maombi ni mojawapo ya usemi wa kazi hiyo inayoendelea.

Ujumbe wa Mwandishi

Mwongozo huu wa maombi unawakilisha matunda ya miaka mingi ya kutafakari, kuomba, na utii kwa kazi iliyoanza mwaka wa 2006. Kile kilichoanza kama msimu wa kibinafsi wa kufunga na maombezi polepole kikawa kipindi cha maombi kinachojirudia kila mwaka kuanzia **Machi 17 hadi Aprili 25** . Baada ya muda, wengine walianza kushiriki katika mzigo huu wa kuombea Kanisa, viongozi wake, na mataifa. Hamu ya kutoa rasilimali iliyopangwa kwa wale waliotaka kushiriki katika msimu huu wa maombi ilisababisha kutengenezwa kwa mwongozo huu.

Maombi yaliyomo katika kitabu hiki yanatokana na Maandiko na yanaundwa na imani kwamba maombezi yana jukumu muhimu katika makusudi ya Mungu yanayofunuliwa duniani. Yamekusudiwa kuwasaidia waumini kushiriki kwa uangalifu na kwa uthabiti katika maombi wakati wa zamu ya siku arobaini.

Mwongozo huu unaweza kutumiwa na watu binafsi, familia, vikundi vya maombi, na makanisa yanayotamani kusimama pengo kwa ajili ya mwili wa Kristo na kwa ajili ya mataifa. Maombi yetu ni kwamba kila msomaji anayejishughulisha na maombi haya atakua zaidi katika uhusiano wake na Mungu na awe na nguvu zaidi katika kujitolea kwake kwa maombezi.

Bwana awaimarishe wote wanaochukua wito huu wa kuomba.

Zacharias Godseagle
Amb . MO OGBE

Jinsi ya Kusikia Sauti ya Mungu

Katika Maandiko yote, Mungu anajifunua kama Mungu anayezungumza na watu wake. Kuanzia kurasa za mwanzo kabisa za Biblia hadi huduma ya Yesu na kazi ya Roho Mtakatifu katika Kanisa, sauti ya Mungu imewaongoza, kuwarekebisha, na kuwaelekeza wale wanaomtafuta.
Yesu mwenyewe alisema:
"Kondoo wangu huisikia sauti yangu, nami nawajua, nao hunifuata."
— Yohana 10:27
Kwa hivyo, kusikia sauti ya Mungu hakukutengwa kwa watu wachache maalum. Ni sehemu ya uhusiano ambao Mungu anatamani kuwa nao na watoto wake.
Hata hivyo, kujifunza kutambua sauti ya Mungu kunahitaji ukomavu wa kiroho, unyenyekevu, na upatanifu na Neno Lake.

Njia ya Msingi Ambayo Mungu Huzungumza
Njia iliyo wazi na ya kutegemewa zaidi ambayo Mungu huzungumza ni kupitia **Maandiko** . Neno la Mungu hufunua tabia yake, mapenzi yake, na makusudi yake. Hisia yoyote, maono, ndoto, au wazo linalopingana na Maandiko haliwezi kutoka kwa Mungu.
Kwa sababu hii, waumini lazima waendelee kuwa na mizizi katika Neno.

Ushahidi wa Ndani wa Roho Mtakatifu
Mara nyingi Roho Mtakatifu huwasiliana kupitia kile ambacho waumini wengi hukielezea kama **ushuhuda wa ndani** . Hili linaweza kuonekana kama imani thabiti, mguso unaoendelea moyoni, au hisia ya kina ya mwelekeo inayolingana na Maandiko.
Wakati mwingine mawazo haya huonekana kama mawazo yanayokuja ghafla akilini—mawazo yanayoendana na tabia ya Mungu na makusudi Yake.

Ndoto na Maono
Katika Biblia nzima, Mungu mara nyingi aliwasiliana kupitia ndoto na maono. Yusufu, Danieli, Petro, na Paulo wote walipata nyakati ambapo Mungu alifunua mapenzi Yake kwa njia hii.

Katika Matendo 2:17, mtume Petro alitangaza:
"Wana wenu na binti zenu watatabiri, vijana wenu wataona maono, na wazee wenu wataota ndoto."
Hata hivyo, uzoefu huu lazima upimwe kulingana na Maandiko Matakatifu na kuthibitishwa kupitia maombi.

Mungu Pia Huzungumza Kupitia Hali na Watu
Mungu anaweza pia kuwaongoza watu wake kupitia hali, ushauri wa busara, na huduma ya waumini wengine. Wachungaji, washauri wa kiroho, na waumini waliokomaa mara nyingi huchukua jukumu muhimu katika kutusaidia kutambua mwelekeo wa Mungu.
Katika kila hali, Roho wa Mungu hatawaongoza waumini katika kiburi, mkanganyiko, au matendo yanayopingana na mafundisho ya Kristo.

Kujaribu Tunachosikia
Kwa sababu hisia za kiroho wakati mwingine zinaweza kutoeleweka, Maandiko yanawatia moyo waumini kujaribu kile wanachopokea.
Mtume Yohana aliandika:
"Wapenzi, msiamini kila roho, bali zijaribuni hizo roho, kama zimetokana na Mungu."
— 1 Yohana 4:1
Maswali matatu muhimu yanaweza kusaidia kuongoza utambuzi:
• Je, inakubaliana na Neno la Mungu?
• Je, inaakisi tabia ya Kristo? • Je, inaleta uwazi, amani, na haki?

Vipengele hivi vinapokuwapo, waumini wanaweza kusonga mbele kwa ujasiri kwamba Roho Mtakatifu anawaongoza.

Kukua katika Usikivu kwa Mungu

Kujifunza kusikia sauti ya Mungu ni sehemu ya safari ya ukuaji wa kiroho. Waumini wanapotumia muda katika maombi, kujifunza Maandiko, na kubaki makini na uongozi wa Roho Mtakatifu, uwezo wao wa kutambua mwongozo wa Mungu unakuwa wazi zaidi.

Kusudi la kumsikia Mungu si kufuata uzoefu wa ajabu, bali ni kukuza uhusiano wa kina zaidi naye na kutembea kwa uaminifu katika mapenzi yake.

Unapoingia katika msimu huu wa maombi na maombezi, mwombe Roho Mtakatifu akuongoze, azungumze na moyo wako, na akuongoze katika ushirika wa kina na Mungu.

Maombi ya Kila Siku ya Shahada ya 360, Matamko, na Ufunikaji wa Kiroho

Matamko ya Kufungua na Kufunga Lango kwa Milima Saba ya Ushawishi

(10 Uanzishaji wa Maombi ya Kimkakati)

Ratiba ya Maombi

Maombi haya yanaweza kutumika kwa njia mbili:

• **Ombeni Sehemu zote 10 pamoja usiku wa manane** kabla ya kuanza maombezi ya kila siku.

• **Omba sehemu moja kila baada ya saa mbili** , ukifunika ulinzi kamili wa kiroho wa siku.

Muundo wa Saa Uliopendekezwa:

- **12:00 AM - Ufunguzi wa Lango na Sehemu ya 1**
- **2:00 AM – Sehemu ya 2**
- **4:00 AM – Sehemu ya 3**
- **6:00 AM – Sehemu ya 4**
- **8:00 AM – Sehemu ya 5**
- **10:00 AM – Sehemu ya 6**
- **12:00 PM – Sehemu ya 7**
- **8:00 PM – Sehemu ya 8**
- **4:00 PM – Sehemu ya 9**
- **6:00 PM – Sehemu ya 10 (Matamko ya Kufunga)**

Matamko haya yanaanzisha mamlaka ya kiroho, yanafungua milango ya maombi, yanavunja upinzani, na yanafunga kifuniko cha maombezi juu ya **mtu binafsi, Kanisa, na Milima Saba ya Ushawishi** .

Maandiko ya Kusoma, Kutafakari na Kutafakari kwa Matumizi katika Maisha ya Kila Siku:

Luka 9:23 - *Kisha akawaambia wote, "Mtu yeyote akitaka kunifuata, na ajikane mwenyewe, ajitwike msalaba wake kila siku, anifuate."*

1 Timotheo 6:11-14 *" Lakini wewe, mtu wa Mungu, kimbia mambo haya; ukafuate haki, utauwa, imani, upendo, uvumilivu, upole. Pigana vita vizuri vya imani, shika uzima wa milele, ambao uliitiwa pia, na umekiri ungamo jema mbele ya mashahidi wengi. Nakusihi mbele za Mungu anayevipa vitu vyote uzima, na mbele za Kristo Yesu aliyeshuhudia ungamo jema mbele ya Pontio Pilato, ushike amri hii bila mawaa, bila lawama, hata Bwana wetu Yesu Kristo atakapokuja."*

Mkikaa katika neno langu, mmekuwa wanafunzi wangu kweli kweli. " Yohana 8:31.

Usishindwe na ubaya, bali ushinde ubaya kwa wema ." Warumi 12:21.

Vivyo hivyo ninyi nanyi jihesabuni kuwa wafu kwa dhambi, bali walio hai kwa Mungu katika Kristo Yesu Bwana wetu. Kwa hivyo msiruhusu dhambi itawale ndani ya miili yenu inayokufa, hata mpate kuzitii tamaa zake . Warumi 6:11-12.

Lakini mkiyaua matendo ya mwili kwa Roho, mtaishi . Warumi 8:13.

Kwa hivyo, kwa kuwa Kristo aliteseka katika mwili, ninyi nanyi jivikeni silaha ya nia ile ile; kwa maana yeye aliyeteseka katika mwili ameacha dhambi… 1 Petro 4:1.

SEHEMU YA 1 — Kuanzisha Mamlaka ya Kiroho

Baba, katika jina la Yesu, Mwanzilishi na Mkamilishaji wa imani yangu, ninasimama ili kuthibitisha haki yangu ya kisheria na utawala juu ya eneo hili na juu ya kila eneo ambalo umenipa mamlaka ya kimamlaka.

Kulingana na **Danieli 9:4** , Wewe ndiwe Mungu pekee mkuu na wa kutisha, ushikaye agano na rehema kwao wakupendao na wale wazishikao amri zako.
Ninamwomba Mungu aliyesema katika **2 Mambo ya Nyakati 7:13-16** :

"Nikizifunga mbingu isiwe mvua, nikiamuru nzige kula nchi, au nikituma tauni kati ya watu wangu; ikiwa watu wangu walioitwa kwa jina langu watajinyenyekesha na kuomba, na kunitafuta uso, na kuziacha njia zao mbaya; basi nitasikia kutoka mbinguni, na kuwasamehe dhambi zao, na kuiponya nchi yao."

Sasa macho yako yatafumbuka na masikio yako yatasikiliza maombi yanayofanywa mahali hapa.
Kwa maana sasa umeichagua na kuitakasa nyumba hii, ili jina lako lipate kuwa hapo milele; na macho yako na moyo wako vitakuwapo hapo milele.

Ninatangaza kwamba mahali hapa pametakaswa.

Ninautoa mwili wangu kama dhabihu iliyo hai kwa damu iliyomwagika ya Yesu, Mwokozi na Mkombozi wangu.
Zifanye sala hizi kuwa takatifu na zinazokubalika kwako.

Ninakiri dhambi zangu na dhambi za baba zetu. Neema na rehema zitutawale.

Ninatangaza kwamba nina njia huru ya maombi yangu kupanda hadi katika ulimwengu wa mambo yasiyo ya kawaida na si kufungwa duniani.

Ninakubaliana na Mahakama Kuu ya Mbinguni.

Nimeketi katika ulimwengu wa mbinguni pamoja na Kristo Yesu; kwa hivyo, ninapigana vita kutoka katika ulimwengu huu na ulimwengu huu.

Ninatangaza kwamba upako wa Mungu unavunja kila nira, unafungua kila lango, na unawapa malaika wanitie nguvu ninaposonga mbele katika ngazi mpya, vipimo vipya, falme mpya, na maeneo mapya.

Acha kuwe na mafanikio mbinguni.

Ninagusa mishipa ya kitume na unabii.
Ninavunja dari za kioo.
Ninavunja fimbo za kiroho na utando wa chuma.
Ninatangaza kwamba mazingira ya mafanikio yameanzishwa.
Ninarekebisha hali ya kiroho na kuamuru kwamba kila sehemu ya uvuguvugu lazima ibadilishwe na moto na bidii ya Mungu.

Nibatizeni kwa Roho Mtakatifu na kwa moto.
Na iwe moto kinywani mwangu ninapoendelea na maombi haya.
Ninachukua mamlaka juu ya angahewa na mazingira ya kishetani yaliyoundwa na shughuli za kidini, picha zinazobadilisha hatima, maneno ya uchawi, maneno yasiyotamkwa vizuri, uchawi, mazingira ya uadui, hofu, ugaidi, mila, chuki, chuki ya kikabila, na vurugu, kwa jina la Yesu.

Ninaamuru hali ya kiroho ibadilike.

Mabadiliko ya hali ya hewa ya kiuchumi. Mabadiliko ya hali ya hewa ya kijamii. Mabadiliko ya hali ya hewa ya kitamaduni. Mabadiliko ya hali ya hewa ya kielimu. Mabadiliko ya hali ya hewa ya kisiasa. Mabadiliko ya hali ya hewa ya kikanisa.

Ninaamuru kwamba angahewa ijazwe na utukufu wa Mungu.
Baba, jaza angahewa.
Jaza mazingira kwa utukufu wako.
Ninabadilisha mazingira haya na kutangaza kwamba sasa yanafaa kwa:

Huduma yangu istawi.
Mahusiano yangu yastawi. Watoto wangu wastawi. Wapendwa wangu wastawi. Biashara yangu istawi. Mawazo yangu yastawi. Taifa langu listawi. Serikali yangu istawi. Uchumi wangu ustawi.

Ninaweka mazingira ya ajabu kwa ajili ya miujiza kutokea. Ninapigana vita kwa jina la Yesu na kwa damu yake iliyomwagika — damu ya Mwana-Kondoo aliyechinjwa kabla ya kuwekwa misingi ya ulimwengu.

Kwa njia yake, uovu lazima uangamizwe.
Kwa sababu hii Mwana wa Mungu alidhihirishwa, ili apate kuziharibu kazi za giza.

Ninaamuru na kutangaza kwamba kazi za giza zimeharibiwa.
Ninaamuru kwamba kila laana juu ya maisha yangu ibadilishwe.
Ninavunja nguvu za giza zinazotawala na zinazodumisha eneo hili kwa jina la Yesu.
Ninamkamata kila roho ya pepo kupitia Neno Lako.
Wape nguvu majeshi ya malaika kupigana kwa niaba yangu.
Ninapinga ngome za eneo.

Ninaondoa mitego ya ubinafsi.

Fungua milango ya magereza ya kisaikolojia na utuokoe kutoka kwa roho za aibu, aibu, unyanyasaji, na uovu.

Utuokoe kutoka kwa roho ya ngome na kiburi.
Niokoe kutokana na unyanyapaa, vitisho vya kihisia, vikwazo vya kijamii, ulaghai, mapungufu ya kishetani, udanganyifu wa kishetani, uraibu, vikwazo vya kipepo, kuingiliwa kwa kitamaduni, ngome za kidini, uchawi, mila, na mazingira ya kitamaduni ya kumpinga Kristo.

Niondoe kutoka kwa vikwazo, ulemavu, na vikwazo.

Ninakataa kutengwa, kunyanyapaliwa, kuzuiwa, kutishwa, kuelezewa, kukosolewa, kuvumiliwa, kuzuiwa, kuhukumiwa vibaya, kushughulikiwa vibaya, au kusimamiwa vibaya.
Ninavaa joho la neema.
Ninaachana na vichocheo vya kishetani na vifungo vya kisaikolojia.
Ninazifupisha mzunguko.

SEHEMU YA 2 — Ufanisi wa Eneo

Sijibuni ukandamizaji wa mapepo. Ninaweka mamlaka yangu kuu juu ya eneo hili kwa damu, Neno, na kwa Roho wa Mungu.

Kwa sababu hii nawakumbusha kwamba Mwana wa Mungu alidhihirishwa ili apate kuziharibu kazi za shetani. Ninaamuru kwamba kazi za shetani ziangamizwe. Zinaangamizwa katika eneo hili, katika ujirani wangu, katika mwili wangu, katika familia yangu, katika watoto wangu, katika wapendwa wangu, katika huduma yangu, katika mchungaji wangu, katika daktari wangu na mwanasheria wangu, na katika serikali yangu.
Kazi mbaya za shetani zinaharibiwa.

Ninatangaza na kuamuru kwamba mipango na makusudi ya Mungu yatashinda. Neno la Mungu linashinda. Mapenzi yake yatashinda. Kusudi langu la kinabii na hatima yangu inashinda. Maono yangu yatashinda. Biashara yangu inashinda. Mawazo yangu yatashinda.

Ninatabiri kwa pepo nne kwamba vitu vilivyokufa mapema na kukauka kwa sababu ya shughuli za kishetani vinahuishwa na kuwa hai.

Ninatangaza kwamba vipande vya hatima yangu — kifedha, kihuduma, na kimahusiano — vinaungana.

Maisha yangu yanaungana.
Pesa zangu zinaungana. Biashara yangu inaungana. Mahusiano yangu yanaungana. Familia yangu inaungana. Mwili wa Kristo unaungana. Huduma yangu inaungana. Ndoa yangu inaungana. Familia yangu inaungana. Bajeti yangu inaungana.

Serikali zetu zinaungana.
Uongozi wetu unaungana.

Kila kitu hufanya kazi pamoja kulingana na mapenzi Yako.
Baba, nakushukuru. Kwako hakuna lisilowezekana.
Kwa hivyo, Baba, ninaamuru na kutangaza kwamba milango ya mafuriko ya mbinguni imefunguliwa.
Acha mvua inyeshe.
Roho wa Mungu, tuingize katika nyakati za kuburudika ambazo uliahidi zitatoka mbele za Bwana.

Ninaamuru na kutangaza kwamba hakutakuwa na ukame wa kishetani tena, hakuna ukavu wa kishetani tena, hakuna dhiki tena, hakuna magonjwa tena, hakuna mfadhaiko tena, na hakuna mchezo wa kishetani tena.

Tunapatikana katika kitabu cha Kitabu, kama ilivyoandikwa kutuhusu.

Tunakuja kwa nguvu za Mungu — Mungu wa Yoshua — na tunaamuru na kutangaza kwamba kila ukuta usioweza kuingiliwa lazima uangukie kwa jina la Yesu na kwa nguvu za Mungu Aliye Juu Zaidi .

Ninavunja vizuizi, vizuizi, vizuizi, na mawe makubwa.
Ninatangaza kwamba ninasonga mbele katika wito, makusudi, na mipango ya Mungu.
Sababu ya Kristo inasonga mbele katika eneo hili na katika kila eneo.
Ninatangaza kwamba Yesu Kristo ni Bwana na Mfalme wa Wafalme. Ufalme wa Mungu umekuja. Yeye ni Mfalme juu ya kila eneo na Ufalme wake umekaribia.

Tunachukua mamlaka juu ya kila ngome ya pepo na kukata kamba na vifungo vya uovu.
Tunaondoa uovu kutoka mahali pake haramu na kuchukua kiti chetu cha mamlaka kinachostahili.
Tunapata mamlaka juu ya madhabahu za kishetani milimani.

Tunasimama katika roho ya Eliya na kutangaza na kutangaza kwamba Mungu anayejibu kwa moto — Yeye ndiye Mungu.
Tunaamuru kwamba moto wa Mungu uangamize kila madhabahu.

Tunaamuru kwamba nguvu za adui zivunjwe kutoka katika maisha yetu, zivunjwe kutoka katika huduma yetu, zivunjwe kutoka katika nyumba zetu, zivunjwe kutoka katika akili zetu, zivunjwe kutoka katika mahusiano yetu.
Zimevunjwa kutoka kwa miili yetu, kutoka kwa maisha yetu, kutoka kwa watoto wetu, kutoka kwa ndoa yetu, kutoka kwa mwenzi wetu, kutoka kwa biashara yetu, na kutoka kwa desturi zetu.

Tunaamuru na kutangaza kwamba uovu hauna udhibiti tena juu ya maisha yetu.

Tunajitenga na udhibiti mbaya wa adui.
Tunajitenga na mifumo mibaya.

Tunajitenga na hirizi, hirizi, hirizi, vipande vya voodoo, hirizi, minyororo, utumwa, matambiko, uraibu, laana za vizazi, roho za urithi, kifo, umaskini, kutojali, kukata tamaa, unyanyasaji, kutojiweza, na kutoomba.

Tunaamuru na kutangaza kwamba wameangamizwa.

Popote na chochote kile ambacho wachawi, wachawi, wachawi, wenye hekima, na wadanganyifu wa kidini wanatumia kama sehemu za mawasiliano ili kutoa laana — kupitia picha, nguo, nyuzi za nywele, vitu vya kibinafsi, mavazi, bakuli, vumbi, damu, wanasesere wa voodoo, madhabahu, hirizi, maji, mifagio, mchanganyiko, au kitu kingine chochote — ninaamuru vivunjwe kwa jina la Yesu.

Tunakatiza mawasiliano kati ya mizimu inayojulikana na kukata shughuli haramu zilizokusudiwa kukatisha mipango na makusudi ya Mungu katika maisha yetu.

Tunaamuru kila uhusiano mbaya uvunjwe.
Tunaamuru kamba zivunjwe.
Tunaamuru kila ngome ivunjwe.
Tunachukua mamlaka juu ya roho za mashaka, mtego, mtego, hofu, hofu, mkanganyiko, kutoamini, vitisho, dhambi, na uovu.
Tunajikomboa kutoka kwa ngome za adui na kutoka kwa nguvu za giza za kiroho zinazoshambulia akili zetu.

Baba, katika jina la Yesu, tunaposimama kuomba, tunavunja ngome za adui kwa:

Mkono wa Mungu.
Kidole cha Mungu. Neno la Mungu. Damu ya Yesu Kristo. Nguvu ya Roho Mtakatifu. Upako wa Mungu. Uingiliaji kati wa kitume. Usaidizi wa malaika.

Baba, tunainuka katika roho ya Zerubabeli na Eliya na kusema **neema, neema** kwa milima na madhabahu zao za kishetani.
Baba, waangamize kwa moto wako.

SEHEMU YA 3 — Utawala Juu ya Ngome

Tunaimarisha utawala wa Kristo juu ya eneo hili.
Ninatangaza kwamba mamlaka yao hayana nguvu katika eneo hili.
Ninatangaza kulingana na **Isaya 9:6–7** :

"Kwa maana kwa ajili yetu mtoto amezaliwa, tumepewa mtoto mwanamume, na ufalme utakuwa begani mwake; naye ataitwa jina lake, Mshauri wa ajabu, Mungu mwenye nguvu, Baba wa milele, Mfalme wa amani. Hakutakuwa na mwisho wa enzi yake na amani. Katika kiti cha enzi cha Daudi na katika ufalme wake, kuuimarisha na kuuthibitisha kwa hukumu na haki tangu sasa hata milele. Wivu wa Bwana wa majeshi utatenda haya."

Inueni vichwa vyenu, enyi malango ;
Inukeni, enyi malango ya milele. Na Mfalme wa Utukufu ataingia.

Nawakumbusha tena kwamba bidii ya Bwana itatimiza hili.

Hakuna kama Mungu wangu.

Hakuna mwenye nguvu kama Mungu wangu.

Yeye ni **Yehova Gibbor** .

Baba, tunakuabudu.
Baba, tunakusifu.
Hatutapiga magoti yetu kwa mungu mwingine yeyote.
Hakuna Mungu mwingine kama Yehova.
Baba, tunachukua mamlaka juu ya mkuu wa nguvu za anga na kusimamisha mamlaka yetu kuu juu ya eneo hili kwa jina la Yesu.
Komesha ukandamizaji wa kishetani, upinzani wa kishetani, na mizigo ya uongo.

Katika ghadhabu yako tawanya shughuli za adui zetu, na katika dharau yako panga mgawanyiko wao.

Tunaamuru na kutangaza kwamba akili zetu ziko huru kutoka kwa kila ngome.
Yule ambaye Mwana humwachilia huru, yuko huru kweli kweli.
Tunaamuru mbingu zifunguke.

Baba, safisha njia na uunde barabara kuu zisizo na vizuizi vya kishetani ambavyo vingezuia maombi yetu.

Tunawakamata kwa jina la Yesu wale wanaohusika na biashara ya mapepo na tunakataza usumbufu zaidi, kuingilia kati, na kuingilia kati.

Niliweka shinikizo la kinabii na la kitume juu ya mbingu.
Ninaamuru kila mlango wa pepo ufunguliwe.

Milango ya shaba na fito za chuma — itafunguliwa.
Baba, funga kila lango la kishetani.
Msimpe adui ruhusa ya kufikia maeneo ambayo hayajawekewa mipaka.
Usiwepo uvamizi wowote wa kishetani au wa kishetani.
Ninaposonga mbele, ninaamuru na kutangaza kwamba kila ngome katika eneo hili imevunjwa akilini mwangu.

Ninaamuru na kutangaza kwamba Bwana anasafisha akili yangu, akimpa Roho Mtakatifu ufikiaji usio na kizuizi na usio na vikwazo wa akili, nafsi, na roho yangu.
Ninaamuru kwamba hakutakuwa na utekaji nyara wa kishetani wa maarifa yasiyo ya kawaida, ufunuo wa kinabii, mawazo ya kichawi, uvumbuzi wa ubunifu, msukumo wa kimungu, hekima, au maarifa.

Hizi zitatiririka kwa uhuru katika jina la Yesu.
Kila mlima lazima ushushwe.
Kila bonde lazima liinuliwe.
Kila mahali palipopotoka lazima panyooshwe.

Sasa nasonga mbele katika kiwango sawa na hekima, mikakati, na mbinu za kimungu zinazotolewa kwangu ninapohitaji.

Ninaamuru kwamba milima ya kiroho, milima ya uhusiano, na milima ya kisiasa lazima iondolewe.

Ninavunja kile ambacho hakiwezi kushindwa na kisichopenyeka.

Ninavunja kuta na vizuizi visivyoweza kupenyeka na kuingia katika ulimwengu wa miujiza, katika ulimwengu wa mambo yasiyo ya kawaida, katika ulimwengu wa ongezeko, wingi, ustawi, ushawishi, utajiri, na utajiri.

Ninatangaza kwamba nimepita matatizo na hali ngumu, na nimepita watu wasiobadilika ambao huzuia mazungumzo mazuri ya kisheria, kiuchumi, na kiroho.

Ninakuamuru utembee kwa nguvu ya damu katika jina la Yesu.

Ninachukua mamlaka juu ya nguvu za adui anayehusika na kujenga madhabahu za kishetani na roho za mababu za urithi zinazoingilia maendeleo yangu na kukatiza maendeleo yangu.

Ninapita kwenye vizuizi vya pepo.

Ninaamuru na kutangaza kwamba kila ukuta wa Yeriko lazima ubomolewe.

Ninamiliki mali zangu.

Nina mamlaka juu ya masuala yanayotokana na kambi ya adui.

Ninaamuru uingiliaji kati wa kimungu, wa ghafla na miujiza.

Ninaamuru kila hali na mazingira yaingie katika mpangilio wa kimungu kwa jina la Yesu.

Ninabadilisha kila laana.

Ninachimba na kufukua mbegu za kishetani zilizopandwa kisheria akilini mwangu, rohoni mwangu, na rohoni mwangu.

Hawataota mizizi.
Hawataanguliwa, kulelewa, kulishwa, kulishwa, au kumwagiliwa maji.

Ninawaangamiza sasa.

Ninapokea tu kile kinachotoka katika akili ya Mungu:

Mbegu za matumaini.
Mbegu za imani. Mbegu za hatima. Mbegu za nguvu.
Mbegu za mafanikio na ustawi. Mbegu za utakatifu.
Mbegu za haki. Mbegu za utauwa. Mbegu za kushughulika kimaadili. Mbegu za maadili.

Ninapinga, naepuka, na nakataa shughuli zote za kutoa mimba.

Ninabeba muhula mzima.

Ninatoka katika kila kizuizi cha kishetani na gereza.

Milango ya shaba na fito za chuma — itavurugwa na pepo kali za Roho.

Ninachagua kujitenga na hali zenye vikwazo.

Ninavunja nguvu ya kifungo juu ya akili yangu, huduma yangu, roho yangu, hatima yangu, mustakabali wangu, sauti yangu, familia yangu, na fedha zangu.

Ninatoka nje.

Ninajitenga.

Ninatangaza na kuamuru kwamba nina mamlaka juu ya shughuli zote zinazobadilisha hatima, vikwazo vya kishetani, na utozaji kwa jina la Yesu.

Ninaamuru kwamba kila gereza la pepo lifunguliwe.

Ninaachilia kanisa langu.

Ninaachilia mustakabali wangu.

Ninaachilia taifa langu.

Ninaachilia serikali yangu.

Ninaachilia familia yangu.

Ninawaachilia watoto wangu.

Ninaachilia huduma yangu.

Ninaachilia upako wangu.

Ninaachilia ushawishi wangu.

Ninaachilia sifa yangu.

Natoa jina langu.

Ninaachilia amani yangu.

Ninaachilia furaha yangu.

Ninaachilia furaha yangu.

Ninaachilia afya yangu.

Ninaifungua kwa jina la Yesu kutokana na kutawaliwa na nguvu za mapepo.

Ninatoka kwenye vifungo.

Ninatoka kwenye vizuizi.

Ninaacha vikwazo kwa jina la Yesu.

Ninajitenga na utumwa wa kisaikolojia, utumwa wa kihisia, utumwa wa kimwili, utumwa wa kingono, utumwa wa kiroho, utumwa wa kifedha, utumwa unaosababishwa na vitu, utumwa wa shirika, mitego ya ubinafsi, na upuuzi wa kipepo na udugu.

Kwa jina la Yesu.

SEHEMU YA 4 — Ukombozi, Ukombozi na Kizazi

Kila mtu anayepanga kifo changu, ambaye kwa siri anaficha chuki dhidi ya mafanikio yangu, ninaweka huru akili na roho yako kutoka kwenye ngome hiyo.

Naomba uniache niende.

Niachilie kutoka moyoni mwako.
Niachilie kutoka rohoni mwako. Niachilie kutoka akilini mwako.

Ninaamuru na kutangaza kwamba yeyote ambaye Mwana humwachilia huru ni huru kweli kweli.

Kama bila kukusudia nimemdhuru au kumkasirisha mtu yeyote, Baba, niokoe kutoka kwa ngome za makwazo, kutosamehe, uchungu, chuki, na kutojali.

Ninatubu ujinga wangu na kutokomaa kwangu.
Usiruhusu yaliyopita yangu yaathiri vibaya maisha yangu ya baadaye.
Ninajitenga na matarajio yasiyo ya kweli, magereza ya kisaikolojia, ujuujuu, utambulisho wa uongo, mitego ya ubinafsi, vifungo vya nafsi, lebo, na unyanyapaa unaodhoofisha mimi ni nani katika Kristo.
Ninadai utambulisho wangu wa kweli.
Ninatangaza kwamba leo ni mwanzo wa siku mpya.
Ninafuta kila deni la kipepo la kisaikolojia, kihisia, na kifedha kwa damu ya Yesu Kristo.

Komboa roho yangu na roho za wapendwa wangu, wafanyakazi, huduma, biashara, na serikali kutoka kwa masoko ya kishetani.

Niokoe kutoka kwa roho ya Yuda — kutoka kwa marafiki, wapendwa, wafanyakazi wenzangu, washirika, washirika wa biashara, wafanyakazi, na wale wote ambao wameniuza.

Baba, ninaamuru na kutangaza kwamba niko huru.
Umeniweka huru.

Leo, kulingana na **Zaburi 9:15** , **Zaburi 72:14** , na **Yeremia 31:11-14** , ninaamuru kwamba roho yangu ikombolewe na kukombolewa kwa damu ya Yesu kutoka katika masoko ya kishetani na kutoka kwa nguvu za maeneo sita ya ulimwengu wa chini.

Nafsi yangu haitashikiliwa mateka.
Haitazingirwa.

Ninajitenga na mtego wa mwindaji.
Ninapanda juu kwa mabawa kama tai.
Ninatumia na kutumia damu ya Yesu Kristo, ambayo imekomboa kila kitu kinachohusu maisha yangu, hatima yangu, na kusudi langu.

Nimekombolewa.

Familia yangu imekombolewa.
Mustakabali wangu umekombolewa.
Fedha zangu zimelipwa.

Ninahakikisha mustakabali wangu na hatima yangu katika Kristo Yesu.

Ninahakikisha mustakabali wa wapendwa wangu, huduma yangu, na jumuiya yangu katika Kristo.

Ninalinda mustakabali wa ndugu zangu, watoto wangu, wajukuu zangu, watoto wangu wa mungu, wapwa zangu, wajukuu zangu, shangazi zangu, wajomba, binamu zangu, wazazi, babu na bibi, wakwe zangu, na familia yangu kwa jina la Yesu.

Komboa roho zao kutoka kwa nguvu za ulimwengu wa chini.

Ninaamuru na kutangaza kwamba hawatakuwa waathiriwa wa uasherati, ukahaba, ponografia, au vurugu za genge.

Hawataomba chakula.
Hawatakosa makazi au kukosa msaada.
Hawatakufa mapema au kutokana na uraibu.
Hawatakuwa takwimu au kuacha shule.
Hawatashawishika kuachana na upendo wa Mungu.

Ondoa roho zao kutoka kwenye masoko na magereza ya kishetani.

Ondoa hukumu ya kifo kutoka maishani mwao na uweke Roho wa uzima katika Kristo Yesu juu ya roho ya kifo.

Ninapinga na kugeuza laana zilizo ndani ya ukoo wetu.

Tunaamuru na kutangaza kwamba familia yetu imeokolewa.

Tunajitenga na vifungo vinavyohusiana na sanamu, laana, sala za uchawi, dhabihu za damu, matakwa mabaya, ndoa zilizopangwa kishetani, bibi harusi wa Shetani, unajimu, ishara za unajimu, kujihusisha na sanaa za giza, mbao za Ouija, juju, voodoo, makadirio ya unajimu, mikutano ya wafu, kadi za tarot, usomaji wa majani ya chai, na usomaji wa kiganja kwa jina la Yesu.

Tunaamuru na kutangaza kwamba familia yetu iko huru kutokana na sanaa za giza.

Tuko huru kutokana na Santería na kutokana na kila aina ya shughuli za kishetani katika jina la Yesu.

Baba, nakushukuru kwamba unatuokoa kila siku.

Baba, katika jina la Yesu na kwa damu ya Kristo, tunabadilisha athari za sindano za mapepo, uchawi wa hex, na amana zilizowekwa katika chakula chetu, vitamini, maji, na dawa.

Tunabadilisha athari za vipandikizi vya kishetani vinavyosababisha uraibu, mabadiliko ya seli, kuongezeka kwa magonjwa, ulemavu, ulemavu, kasoro, ulemavu, kupooza, ulemavu, shida ya akili, uchovu, kukosa usingizi, ukuaji uliodumaa, maendeleo duni, kuchanganyikiwa, mifumo ya kinga iliyokandamizwa, matatizo ya umakini, shughuli nyingi kupita kiasi, ugonjwa wa bipolar, magonjwa yasiyotibika, saratani, matatizo ya viungo, uvimbe, uvimbe, aneurysms, kasoro za kuzaliwa, matatizo wakati wa kujifungua, na utoaji mimba wa ghafla.

Tunaibadilisha kwa jina la Yesu.

Baba, tunatubu maagano na mikataba yote ambayo tumefanya kwa kujua au bila kujua na roho za mashetani.

Tunatubu kwa kupokea ushauri kutoka kwa roho za mashetani na wawakilishi wa kishetani.

Baba, tunaamuru na kutangaza kwamba viungo vya uzazi vya roho zetu viko huru kutokana na kila aina ya kupenya kwa kishetani.

Baba, tunatubu kwa kupigia sanamu magoti yetu, kwa sanamu za kitamaduni zinazopinga Kristo, kukumbatia mafundisho ya mashetani, na kukubali falsafa za kiitikadi za kishetani na uzushi wa kidini.

Baba, utuokoe kwa kweli yako, kwa maana Neno lako ndiyo kweli.

Tusamehe makosa yote, kutoelewana, uovu, ubinafsi, mantiki, kutojali, na ugumu wa moyo.

Baba, tunaamuru na kutangaza kwamba yule mwovu hana nafasi ndani yetu.

Tunatangaza uhuru wetu kutoka kwa kila moja ya ngome hizi.
Safisha akili zetu kwa kuoshwa na Neno.
Utuumbie moyo safi na uifanye upya roho iliyonyooka ndani yetu.

Maneno ya vinywa vyetu na mawazo ya mioyo yetu yapate kibali mbele zako, Ee Bwana, nguvu zetu na Mkombozi wetu.

Weka ulinzi juu ya midomo yetu na ulinde mlango wa midomo yetu.

Tusiruhusu maneno maovu yatoke midomoni mwetu.

Tunza tunda la Roho juu ya udhaifu wa tabia zetu na tabia zetu za mwili.

Utufiche katika hema lako na mahali pa siri pa Aliye Juu Zaidi
.

Utuongoze katika njia ya haki kwa ajili ya jina lako.

Tunaamuru na kutangaza kwamba tunatembea kwa uadilifu.
Na yule ambaye Mwana humwachilia huru, narudia kusema, yuko huru kweli kweli.

SEHEMU YA 5 — Kuvunja Mahusiano na Laana

Kulingana na **Kumbukumbu la Torati 32:13** na **Ayubu 29:6** , utupendishe mahali pa juu pa nchi, tule mazao ya mashamba, tunyonye asali kutoka mwambani, tuoshe hatua zetu kwa siagi, na mafuta yatiririke kutoka mwamba mgumu.

Tunaamuru na kutangaza kwamba yaliyopita yetu yamepita, na tunakaza mwendo kuelekea mede ya wito mkuu wa Mungu katika Kristo Yesu.

Tusamehe, Baba, kwa ajili ya mambo ya kimwili. Osha akili zetu kutokana na ajenda zilizofichwa.

Tunaamuru na kutangaza kwamba miguu yetu imefunguliwa kutoka kwenye mtego wa adui unaosababisha utumwa, kutoweza kusonga, na kupooza.

Baba, tunaamuru na kutangaza kwamba tuko huru kusonga mbele ili kutimiza kusudi letu na kuongeza uwezo wetu.

Hatuwezi kupingwa.
Hatuwezi kuzuiwa. Hatuwezi kuzuiwa. Hatuwezi kuzuiwa.

Maeneo yetu yamepanuliwa.

Hatutatengwa, kutengwa, au kuzuiliwa ndani ya pango.

Hatutazuiliwa, kuvumiliwa, kupigwa chini, kuchubuliwa kwa maumivu, kufungwa kwa minyororo kwa maumivu, kufungwa kwa uchungu, au kunaswa kwa kutoamini au mfadhaiko.

Hatutadanganywa urithi wetu au kuzuiwa kusonga mbele na kupaa.

Baba wa Mbinguni, Mungu wa ajabu, Mungu wa Ibrahimu, Isaka, na Yakobo, Mungu anayefanya maagano na kutunza maagano, tupe neema, ujasiri, na uwezo wa kutoka katika yale ya kale na kuingia katika mapya.

Kata vifungo na mitego yote isiyofaa na ya kishetani ya nafsi.

Tupe hekima, ufahamu, na mafundisho ya kujadili upya uhusiano wa agano la kale.

Tufunulie milango iliyofunguliwa kimungu.

Tujulishe kazi zako za kila siku, ajenda, na ratiba ili tuweze kufanya kazi kwa wakati unaofaa.

Baba, tunatangaza kwamba hakuna roho wala mtu binafsi atakayetufanya tuondoke katika wakati wa Bwana.

Tumeunganishwa na wakati wako mtakatifu na ratiba yako mtakatifu.

Kwa hivyo, Baba, kwa jina la Yesu na kwa mamlaka ya Roho Mtakatifu, tunavunja laana zinazohusiana na maneno na matendo yasiyo na maana.

Zima vinu vya moto vya kishetani.

Mizunguko ya kinyume ya kishetani.

Tuachilie mbali na mahusiano yasiyo na faida na ya kuroga.

Badilisha mipango yote mibaya.

Tunapinga na kukataa udanganyifu na vichochezi.

Tunabadilisha hujuma kwa jina la Yesu.

Baba, tuweke huru kutokana na mambo, hali, tabia, mawazo, shughuli, na watu ambao wametukandamiza, wametuwekea vikwazo, wametufunga, wametuchafua, wametupotosha, wametuvuruga, na wametudhibiti.

Utuokoe roho zetu kutoka kinywani mwa simba na kutoka katika sumu ya nyoka.

Iangamize roho ya nyoka kwa moto wako, kama vile ulivyowaongoza wana wa Israeli kupitia jangwa kubwa na la kutisha ambapo nyoka wa moto na nge waliishi na ambapo kulikuwa na ukame na hakuna maji.

Kulingana na **Luka 10:19** , ninachukua nafasi yangu ya mamlaka juu ya nyoka na nge na kuamuru kwamba hatutapata madhara yoyote.

Tunaondoa kila uhusiano wa kishetani.

Baba, kwa moto wako toa roho ya nyoka kutoka kwenye miamba yake iliyofichwa.

Moto wako uuangamize kabisa kwa jina la Yesu.
Baba, tunatangaza kwamba tuko huru.

Acha nguvu ya kupambana na sumu ya damu ya Yesu Kristo itulinde kutokana na shughuli zenye sumu za roho wa nyoka.

Kusababisha shughuli zake zenye sumu zikose nguvu katika maisha yetu na katika maisha ya wapendwa wetu, washirika, wafanyakazi, na wafanyakazi wenzetu wa mawaziri.

Weka ndoano mdomoni mwa Leviathani.

Tunajua hatuwezi kupambana na nguvu hii peke yetu.
Wewe ni **Yehova Gibbor** , Mungu Mwenye Nguvu.

Kwa jina la Yesu tunakuomba uharibu athari ambazo Shetani amekuwa nazo kwenye jamii zetu, nchi zetu, na mataifa yetu.

Tunalilia kila taasisi.

Baba, tunashinda katika maombi kwa ajili ya familia, ndoa, kanisa, shule, na serikali.

Tuokoe kutoka kwenye ngome.

Tunaamuru na kutangaza kwamba uchumi wetu hauna mdororo wa kiuchumi na kesi za kisheria.

Kwa jina la Yesu tunaamuru na kutangaza kwamba jamii na jamii zetu hazina vurugu, ukosefu wa ajira, umaskini, ukosefu wa makazi, ubakaji, vurugu za majumbani, uasi, ngono ya maharimu, ulevi, matumizi mabaya ya dawa za kulevya, upotovu, uasili, uchawi, shughuli za kitamaduni, teknolojia za kishetani, ulozi, ukame, ugumu wa kiuchumi, magonjwa ya kijamii ya kuambukiza, chuki dhidi ya Wayahudi, utoaji mimba, uhalifu wa chuki, utakaso wa kikabila, kutojali, na ujinga wa kishetani.

Baba, tunaamuru na kutangaza kwamba familia hazina unyanyasaji wa mapepo wa nyumbani, ngono ya maharimu, matatizo ya utendaji kazi, njaa, ukosefu, aibu, unyanyasaji wa watoto, na kutelekezwa.

Ndoa zetu hazina udanganyifu, uzinzi, unyanyasaji wa wenzi wa ndoa, uvunjaji wa maagano, talaka, na kuachwa kihisia, kimwili, na kifedha.

Biashara zetu hazina uhalifu wa wafanyakazi, kufilisika, na kupotea kwa wateja na wateja.

SEHEMU YA 6 — Uongozi na Serikali

Shule, vyuo vikuu, na vyuo vikuu vyetu havina ujinga, mafundisho ya kidunia na ya kibinadamu, upotoshaji, vurugu za magenge, dawa za kulevya, uombaji haramu, upotovu, na kutojua kusoma na kuandika.

Makanisa yetu hayana maelewano, ulafi, uvuguvugu, upenda dunia, chuki dhidi ya Wayahudi, ubinadamu, mgawanyiko, mateso, udhibiti wa kidini, udhehebu, uasherati, na shughuli zisizo za kimaadili.

Serikali zetu hazina udikteta, udikteta, mapinduzi, uchoyo, ufisadi, wizi, ukatili, ukali, ukali, kutojali, ubaguzi, na upendeleo.

Tunatangaza na kuamuru kwamba serikali ya haki na maadili inachukua nafasi ya utawala dhalimu.

Tunatangaza kwamba wale walio katika nafasi za juu na mamlaka ambao hawatutakii mema hubadilishwa na wale wanaotutakia mema.

Kuleta uwiano kwa serikali zetu na viongozi wa dunia.

Tunajua kwamba mioyo ya wafalme, malkia, marais, makamu wa marais, na mawaziri wakuu iko mikononi mwa Bwana. Okoa viongozi wetu wa dunia na ulinde akili na mioyo yao kutokana na ukandamizaji na ulaghai wa kishetani.

Wape hekima ya kuongoza kwa ukweli na huruma kama wenzao.

Wape mwongozo wa kimaadili na kimaadili.

Tunawaombea mahakimu, magavana, wabunge, maseneta, maafisa wa jiji, wabunge, wanawake wa bunge, wawakilishi wa nyumba, mahakama kuu, majaji wa amani, maafisa wa polisi, wazima moto, wabunge wa majimbo, magavana wa shirikisho na majimbo, wapangaji wa miji, wanasiasa, na watunga sera.

Tunalia kwamba kila mfumo uletwe katika mpangilio wa kimungu kwa jina la Yesu.

Lete mpangilio wa kimungu katika kila nyanja ya mifumo hii:

Mfumo wa mazingira.
Mfumo wa elimu. Mfumo wa kiuchumi. Mfumo wa kitamaduni. Mfumo wa ulinzi. Mfumo wa kiroho. Mfumo wa matibabu. Mfumo wa burudani. Mfumo wa kiteknolojia. Mfumo wa kiserikali na kisiasa. Mfumo wa angani. Mfumo wa kisayansi.

Ninaamuru na kutangaza kwamba vitongoji vyetu, jamii, miji, parokia, kaunti, na mataifa vitainuka na kung'aa, kwa maana nuru yako imekuja na utukufu wa Bwana umekuzukia.

Utafanikiwa na kuwa na afya njema ya kiuchumi hata kama roho za miji, jamii, na nchi hizi zinavyofanikiwa.

Utatii amri za Mungu.

Utamjua Mungu wa Ibrahimu, Isaka, na Yakobo.

Utajiri wa bahari utabadilishwa na kuathiri vyema uchumi wa mataifa.

Utamjua Yehova, Mungu mmoja wa kweli.

Malango yako yatapokea utajiri wa mataifa.

Utalishwa na kustawishwa uwepo wa kifalme.
Badala ya shaba, Mungu atakupa dhahabu.

Badala ya jiwe, Mungu atakupa fedha.

Ukatili hautasikika tena katika nchi yako.

Amani itakuwa mtawala wako na haki itakuwa mtawala wako.

Hutapata uharibifu na maangamizi.

Kama taifa hamtaanguka, wala uharibifu hautabaki ndani ya mipaka yenu.

Uovu na giza vitaondolewa, kwa maana Mungu atakuwa nuru yako ya milele na utukufu wako.

Siku zako za huzuni, mapambano, na ugumu zinakaribia mwisho.

Mioyo ya watu itafurahi tena wanapoweka tumaini lao kwa Mungu.

Huzuni na mfadhaiko wako vitabadilishwa na furaha ya Bwana.

Ukosefu wako utabadilishwa na wingi.

Ubaguzi na usaliti wako utabadilishwa na sherehe ya watu na tamaduni mbalimbali.

Neema ya Bwana itakuzunguka kama maji yanavyoifunika bahari.
Wana na binti wa nchi yako watakua na kuwa viongozi wakubwa, wavumbuzi, watangulizi, na viwango vya ubora, uaminifu, uadilifu, uaminifu, uadilifu, na mwenendo wa kimaadili.

SEHEMU YA 7 — Vita vya Kibinafsi

Ninakata kichwa cha nguvu zinazofanana na boa-constrictor zinazojaribu kunyonga, kukosa hewa, kudumaa, kukandamiza, na kuponda.

Acha upanga wa Roho ukate kichwa cha roho kama nyoka anayepiga kwa ulimi wake na anayehusika na kushawishi , kushawishi, hofu, kujinasua, kudanganya, kudhibiti akili, shughuli zinazobadilisha hatima, uchawi mweusi, uchawi mweupe, uchawi, elimu ya pepo, harakati za Enzi Mpya, Santería , hexes, uchawi, uchawi, kupenya kwa ndoto, udanganyifu, na mwelekeo uliovunjika.

Acha moto wa Mungu unaoteketeza yote uangamize roho kama chatu inayozidi, inayoleta mizigo ya uongo, inayokasirisha, na kumeza baraka.

Kila kitu ambacho adui amemeza, amekizidi nguvu, au amekikasirisha, ninaamuru kitatemwe, kikohozwe, na kuachiliwa.

Ninaamuru watoto wetu waachiliwe huru.
Ninaamuru ndoa zetu ziachiliwe.
Ninaamuru pesa zetu zitolewe.
Ninaamuru biashara zetu ziachiliwe.
Ninaamuru fursa zetu ziachiliwe.
Ninaamuru utajiri wetu uachiliwe.
Ninaamuru hatima yetu iachiliwe.
Ninaamuru mafanikio yetu yaachiliwe.
Ninaamuru nyumba zetu ziachiliwe.
Ninaamuru kusudi letu liachiliwe.
Ninaamuru miujiza yetu iachiliwe.
Kwa jina la Yesu, toa baraka zetu .

Baba, tunakusifu.

Tunajua kwamba unatusikia hata sasa.
Tunasimama ili kukusifu.

Tunakupa utukufu.

Tunakupa heshima, Ee Mungu, kwa sababu tunatambua kwamba bila maombi inaonekana kana kwamba hakuna kinachotokea.

Baba, tunainuka katika nguvu ya juu ya maombi.

Tunabadilika na kuwa na nafasi ya utawala na mamlaka. Tunakushukuru, Ee Mungu, kwa wale wanaosikiliza. Tunakushukuru kwamba maisha yao yanabadilishwa. Tunakushukuru kwa mabadiliko ya kimungu.

Mambo yatabadilika.

Lazima wabadilike.

Baba, tunaomba chumba cha enzi cha mbinguni.

Tunakushukuru kwamba hata tunaposhinda katika maombi, wengi katika Biblia waliinua mioyo na roho zao kwa sababu walielewa kwamba kama usingeingilia kati, hakungekuwa na kuingilia kati.
Kama vile wana wa Israeli walivyokulilia, nawe ukawapelekea waokozi, ndivyo nasi leo tunavyokulilia.

Watoke kaburini.

Waache watoke nje ya kuta.

Tunawaita wana wa Mungu.

Tunawaamuru waachiliwe huru kwa jina la Yesu.

Baba, katika jina la Yesu, fungua kila kitu ambacho adui ameshikilia na kuzuia kinyume cha sheria.

Acha nguvu ya Roho Mtakatifu na nguvu kutoka juu ziangamize roho kama nyoka wa kunguru inayosababisha uchafuzi wa sumu na umbea mbaya.

Acha ndimi zao zishikamane na paa la vinywa vyao.

Roho hii husababisha mahusiano yenye sumu na yenye madhara.

Husababisha maumivu na usumbufu.
Inasababisha mkanganyiko.
Husababisha kutokwa na damu nyingi kwa furaha, amani, fedha, na rasilimali asilia na za kiroho.

Baba, ninaamuru na kutangaza kwamba hakutakuwa na kutokwa na damu tena.

Furaha yetu haitatoka.
Amani yetu haitatoka.
Rasilimali zetu hazitatokwa na damu tena.

Funga jeraha.

Baba, tunaamuru na kutangaza kwamba kuzorota, kuchanganyikiwa, kukata tamaa, na uharibifu vinaharibiwa. Kila aina ya kifo kinachosababishwa na roho hii—madai, mahusiano mabaya, na kifo—kinabadilishwa.

Ninaamuru na kutangaza kwamba hili limebadilishwa.

Tumeachiliwa huru.
Watoto wetu wameachiliwa huru.
Wapendwa wetu wameachiliwa huru.

Tunaingilia kati sasa hivi kupitia maombi.

Tunazuia shughuli za roho hizi kwa jina la Yesu.

Baba, tunaamuru kwamba hatutaweka uchungu, uongo, wivu, kashfa, wivu, uasi, au matusi mioyoni mwetu kwa mtu yeyote.

Roho hizi hazitatutawala.

Tukomboe kutokana na hisia hasi.

Baba, tunawakabili wawindaji wa usiku—wale wanaojificha na wale wanaoteleza chini ya miamba kujificha, wakisubiri wakati mwafaka wa kuwashambulia.

Tunatoa kifuniko kutoka kwa michoro yao.

Tunaamuru na kutangaza kwamba kujificha, uwongo, usaliti, unafiki, na unafiki vinafichuliwa.
Kuficha uongo kunafichuliwa katika jina la Yesu.

Udanganyifu, shughuli za ulaghai, ukosefu wa uaminifu, na udanganyifu—tunawaangamiza kwa nguvu za Mungu.

Tunaamuru kwamba kila silaha inayoundwa dhidi yetu haina nguvu.

Kila tishio linalojengwa dhidi yetu ni hitilafu.
Kila mkataba wa kishetani hubatilishwa.
Kila kampeni ya kuchafua inashindwa.
Kila laana mbaya hubadilishwa na kurudishwa kwa mwanzilishi wake mara mbili.
Kila nyoka wa kiroho, mbwa mwitu aliyevaa mavazi ya kondoo, kunguru, tai, mrubuni, na vampire amepooza kwa jina la Yesu.

SEHEMU YA 8 — Vita vya Kibinafsi

Baba, haribu roho kama anaconda.

Utuokoe kutoka kwa maji makubwa, roho za majini, roho za vilindi, na roho za ulimwengu wa chini.

Baba, tunaamuru na kutangaza kwamba hatutazidiwa au kuzama katika huzuni, huzuni, mfadhaiko, kukata tamaa, kukata tamaa, au kifo kwa jina la Yesu.

Umetuweka huru. Yule ambaye Mwana humwachilia huru yuko huru kweli.

Baba, tunakushukuru, Ee Mungu. Tunatoka.

Hatupotezi pumzi zetu.

Hatupotezi udhibiti.

Baba, Wewe ndiye unayedhibiti maisha yetu.

Sisi ni kama Ayubu. Tunasema, "Ingawa utatuua, lakini tutakutumaini Wewe," kwa maana tunajua kwamba Mkombozi wetu yu hai.

Baba, fanya hofu igonge mioyo ya adui zetu kwa radi yako, mawe ya mvua ya mawe, na makaa ya moto.

Waangamize kwa moto, umeme, na hukumu inayowaka.

Iangaze mishale yako na uwazuie katika njia zao.

Hufanya silaha zao zenye sumu, kama meno zisifanye kazi.

Vunja meno yao.

Tupe kinga kwa nguvu ya damu ya Yesu Kristo dhidi ya virusi.

Vunjeni mayai ya nyoka—kazi za giza za kutagia viota, kubeba mimba, na kuangua—kabla hayajaanguliwa.

Mharibu roho kama nyoka kwa jina la Yesu.

Tunaamuru na kutangaza kwamba hata roho hizi zikijaribu kuweka viota na kupanga mipango yao, hatutadhuriwa na roho za Yuda, Yezebeli, Ahithofeli, Absalomu, Hamani, Sanbalati Mhoroni , Tobia Mwamoni, Farao, na Kaini.

Upanga wa adui zetu upige mioyo yao wenyewe wanapopinda pinde zao.

Silaha zao zivunjwe bila kurekebishwa.

Mishale yao ivunjike.

Zima moto wa nyoka wa moto arukaye na uuangushe na kuangamizwa.

Adui na arudishwe nyuma na kuchanganyikiwa wanaopanga madhara yetu.

Kwa jina la Yesu, ponda kichwa cha adui na ujeruhi kichwa chenye manyoya cha waovu.

Na auawe kwa uovu wake mwenyewe na asifufuke tena.

Roho ya udanganyifu ya Labani, inayofanya kazi sokoni, ifichuliwe.

Mvike aibu na fedheha unaponifanya nimshinde.

Ninachukua mamlaka juu ya roho za wanadamu zinazotumika kama wenyeji wa pepo, hoteli, na nyumba za wageni—iwe ni marafiki, jamaa, washirika wa biashara, wafanyakazi wenzangu, washirika, wana na binti wa kiroho, au wafuasi.

Baba, funua mioyo yao.

Wafichue nia na nia zao.

Wafichue marafiki bandia, washirika, wafanyakazi, na wafanyakazi wenzako kwa jina la Yesu.

Komesha kinyago chao.

Gundua utambulisho wao wa kweli.

Wafichue ajenda zao zilizofichwa.

Fichua nguvu zinazowasukuma kufanya kazi zao za kishetani.

Acha uchunguzi wa uovu, misheni za kutafuta makosa, makadirio ya nyota, na mapendekezo ya uovu yashindwe.

Waache washindwe sasa kwa jina la Yesu.

Baba, tunaamuru na kutangaza kwamba mkono wako umenyooshwa, na kusababisha macho mabaya ya wachunguzi wa kishetani na ufuatiliaji kupofushwa.

Kuharibu ushindani na ushindani wenye wivu.

Vunja uti wa mgongo wa njama, udhalimu, na usaliti.

Waangalizi vipofu wa kishetani na wale wanaoingilia kati kupitia mbinu za unajimu na uchawi.

Kusababisha masikio ya mizimu inayosikiliza kuwa viziwi.

Tunapinga roho za uadui, roho za kale, roho zenye kukera, roho zisizo na mantiki, roho zilizoongezwa, roho zenye kukatisha tamaa, roho za kulipiza kisasi, roho za uchochezi, roho za uongo, roho zinazopinga, na roho za udanganyifu.

Roho za kutoa mimba, roho za Wafilisti, na roho za Waamori zinaangamizwa.

Tunapinga roho zinazofanya akili zife na kudhibiti na kuzizuia kuteka nyara mawazo yanayotoka katika akili ya Kristo.

Maarifa na ufunuo wa kimungu utatiririka.

Mawazo ya ubunifu na uvumbuzi wa busara yatatiririka. Hekima itatiririka.

Dhana, mikakati, na mbinu zetu za kisasa zitatiririka kwa uhuru.

Mambo ambayo adui alijaribu kuyazuia sasa yatatiririka.

Mawazo yetu yatatiririka.

Hekima yetu itatiririka.

Dhana zetu za kisasa zitatiririka.

Tutafanya kazi kwa ubora wa hali ya juu katika tasnia na nyanja zetu kwa jina la Yesu.

Tunapofusha mitandao na miungano ya kishetani.

Acha mawasiliano yao maovu yachanganyikiwe.

Kuchanganya akili zao.

Kugawanya ndimi zao.

Wafanye mipango yao kuwa bure.

Waaibisheni wale wanaotafuta kifo chetu kwa jina la Yesu.

Kulingana na Zaburi 69:22–28:

Meza yao na iwe mtego mbele yao.
Acha kile kilichokuwa kwa ajili ya ustawi wao kiwe mtego.
Macho yao yatiwe giza ili wasiweze kuona.

Fanya viuno vyao vitetemeke daima.
Mimina hasira yako juu yao.

Hasira yako kali iwapate.
Makao yao yawe ukiwa.
Mtu yeyote asiishi katika hema zao, nyumba zao, makazi yao, au majumba yao ya kifalme.

Ongeza uovu juu ya uovu wao, wala wasiingie katika haki yako.

Wafutwe kutoka katika kitabu cha walio hai, wala wasiandikwe pamoja na wenye haki.

SEHEMU YA 9 — Matamko Binafsi ya Kinabii

Ninapinga kila maendeleo yaliyokusudiwa kuharibu maisha yangu, ushawishi wangu, huduma yangu, biashara yangu, ustawi wangu, mahusiano yangu, na fursa zangu.

Ninatoka katika utumwa wa kishetani na kupinga ulozi.

Baba, kata viambatisho vya kiroho visivyo halali, maagano, mikataba, wajibu, na nadhiri katika jina la Yesu.

Ninabadilisha uchafuzi wa kishetani.

Ifanye damu ya Yesu isafishe na kuisafisha roho na roho yangu.

Kwa jina lako ninajitenga na kila wazo baya, nguvu za kiakili, makadirio, mapendekezo, na udanganyifu uliokusudiwa kukatisha tamaa, kupotosha, au kuchanganya.

Vunjeni uhamisho mbaya wa kiroho.

Futa vifungo vya nafsi haramu na mitego ya ubinafsi.

Fumbua na ukate kila uhusiano usio wa kimungu.

Nioshe, nami nitakuwa safi.

Nikomboe kutoka kwa udanganyifu wa kihisia wa kishetani.

Ninabatilisha roho za hujuma, ulaghai, na udanganyifu. Sitadharauliwa, kudharauliwa, au kudharauliwa. Ninabatilisha kashfa ya tabia kupitia umbea. Ninabadilisha sifa mbaya na unyanyapaa kwa kushirikiana. Ninatangaza kwamba uchafuzi wote unasababishwa na damu ya Yesu.

Ninatangaza kwamba jina langu linahusishwa na uaminifu, uadilifu, haki, utakatifu, unyofu, na usafi.

Vunja na ubatilishe mipango ya watabiri waovu.

Baba, badilisha amri mbaya.

Kuwakatisha tamaa wale wanaofanya kazi kwa roho ya Hamani.

Sheria, sera, na kanuni zilizoanzishwa kishetani zilibatilisha na kupinga.

Kumfichua na kumdhalilisha adui katika mipango, mikakati, mbinu, njama, na njia zake zote za udanganyifu.

Niliweka upinzani.

Acha moto wa Mungu uharibu shughuli za adui.

Wale ambao wamejenga mitego ya kishetani na mitego ya kishetani—wanaacha mipango yao ibatilishwe na kazi zao zikatishwe tamaa.

Fungua na uwafichue washirika na ushirikiano waovu.

Wale waliokusanyika dhidi yangu na watawanyike, wasije wakakusanyika tena.

Macho yao yatiwe giza ili wasiweze kuona.
Masikio yao yafumbwe ili wasisikie.
Waache watafute riziki yao mahali pasipo na watu.

Nyosha mkono wako dhidi yao na uwafunike kwa aibu, fedheha na aibu.

Wahukumu kwa dhoruba ya hukumu na dhoruba ya hasira.

Watisheni mishale mchana na vitisho usiku.

Inuka, Ee Mungu, na adui zako watawanyike.

Funga kila mlango na lango kwa Shetani.

Mkataze kuingia kwenye mali yangu.

Uwe moto wangu usiku na moshi wangu mchana.

Msimruhusu adui anifuatilie au kunifuatilia ninaposonga mbele katika mgawo wangu wa ufalme na kutimiza kusudi langu.

Kusababisha kila wakala wa kishetani aliyepewa jukumu la kuchelewesha au kupunguza kasi ya baraka zangu kukasirika, kuzuiwa, na kuzuiwa kutimiza majukumu yake.

Kila neno la unabii juu ya maisha yangu lidhihirishwe kwa wakati na majira yake yanayofaa.

Baba, narudia kusema kwamba nyakati zangu ziko mikononi mwako.

Acha kila shughuli ya kishetani inayohusiana na ugumu wa kifedha, kushindwa, na kurudi nyuma ikomeshwe.

Baba, pooza kile kinachonizuia kuingia katika ukuu.

Ondoa kila mwamba na jiwe linalozuia mafanikio yangu ya kifedha, kijamii, kimwili, na kiroho kwa jina la Yesu.

Punguza athari za shughuli zote za kishetani.

Kupindua meza za kishetani za mazungumzo, mashauriano, na kubadilishana.

Ninatangaza kwamba kila meza ya uovu imepinduliwa.

Haribu kila mbinu, mkakati, na teknolojia mbaya iliyotengenezwa kwa ajili ya kushindwa kwangu.

Nashinda kwa damu ya Mwanakondoo na kwa neno la ushuhuda wangu.

Kupitia Kristo ninapita kwa nguvu mbele ya walinzi wa mapepo na walinzi wa malango.

Kata vipande viwili vya milango ya shaba na mapingo ya chuma.

Fungua macho na masikio yangu kwa mambo ya Roho.

Kupindua na kupindua kazi za roho zinazosababisha upofu wa kiroho na uziwi na kujaribu kunyamazisha sauti yangu.

Napaza sauti yangu kama tarumbeta huko Sayuni kutangaza kwamba Yesu ni Bwana.

Ninatangaza kwamba Yeye anatawala na kutawala maisha yangu na eneo hili.

Kwa sababu hii Mwana wa Mungu alidhihirishwa: ili apate kuziharibu kazi za adui.

Toboa giza kwa nuru ya uwepo wako—mwangaza, hekima, ufahamu, na nguvu.

Giza lisielewe, lisigundue, au lisizuie utimilifu wa kazi Yako.

Ninamfungua kila mtu mwenye nguvu anayehusishwa na upofu wa kiroho na kutoweza kusikia kutoka kwa Mungu.

Ninakufunga kwenye kazi mpya—kuwa kiti cha miguu cha Yesu Kristo.

Ninaamuru magereza na kuta zianguke.

Ninavunja kila nguvu ya kishetani inayopinga hatima, isiyo na kusudi, isiyo na shauku, isiyo na uungu, isiyo na mafanikio, isiyo na mafanikio, na isiyo na Kristo.

Kwa Wewe, Ee Mungu, napita katikati ya kikosi.

Kwa njia yako ninaruka juu ya kuta na kuingia katika falme mpya zenye uwezekano na fursa zisizo na kikomo—falme zisizo na mipaka na zisizo na mipaka.

Ninaingia katika eneo lenye utajiri.

Ninaingia katika ulimwengu wa ajabu ambapo ninastawi, ninafanikiwa, na ninadumishwa.

Ninaamuru na kutangaza: ndani yako ninaishi, ndani yako ninapumua, na ndani yako nina uhai wangu.

Ninaishi katika Gosheni yangu ya kinabii.

Ee Mungu, naamuru kwamba nyanja zangu za ushawishi zipanuliwe.
Kila roho inayosababisha ajali, uharibifu, na vifo vya mapema—iwe ni kupitia njia za maji, barabara kuu, au njia za hewa—nina mamlaka juu yako sasa.

Ninakufunga kwa moto wa kimungu na vifuniko vya moshi wa mbinguni.
Ninakupofusha kwa moto wa kimungu na vifuniko vya moshi wa mbinguni.

Ninaamuru na kutangaza kwamba mifumo yako ya kishetani ya GPS haifanyi kazi vizuri na imeharibiwa kabisa.

Kila shughuli haramu hukamatwa kwa jina la Yesu. Ninabadilisha athari zake.

Yehova, umenipa mamlaka juu ya nguvu zote za adui.

Ufalme wa mbinguni unateseka kwa nguvu, nao wenye nguvu wanauteka kwa nguvu.

Kwa hivyo ninamiliki mali zangu na kuzichukua kwa nguvu.

SEHEMU YA 10 — Funga Maombi na Matamko ya Kufunga

Ninatangaza kulingana na **Zaburi 92:8 na 14** kwamba Bwana ndiye Aliye Juu Zaidi milele.

Kwa maana tazama, adui zako , Ee Bwana, kwa maana tazama, adui zako wataangamia; Watendao maovu wote watatawanyika.

Lakini pembe yangu utaiinua kama pembe ya nyati mwitu; nitapakwa mafuta mapya.

Macho yangu yatawaona adui zangu kwa shauku,
na masikio yangu yatasikia kwa shauku yao waovu wanaonipinga.

Mwenye haki atastawi kama mtende;
Atakua kama mwerezi huko Lebanoni.

Waliopandwa katika nyumba ya Bwana
watastawi katika nyua za Mungu wetu.

Watazaa matunda hata uzeeni;
watakuwa wabichi na wenye kustawi.

Ninatangaza kwamba nyakati zangu ziko mikononi Mwako.

Kwa hivyo, nimeachiliwa kutoka kwa mizunguko ya kishetani, majira, kalenda, na ratiba.

Niko katika mpangilio sawa na mbingu.
Niko katika majira. Niko katika mpangilio wa kimungu.
Ninaamsha nyakati nzuri na nyakati zenye baraka,
na ninaharibu roho zinazodhibiti nyakati mbaya, nyakati ngumu, na nyakati za mapambano.

Kwa kuwa nyakati zangu ziko mikononi Mwako,
ninaamuru na kutangaza kwamba mwaka huu na miaka ijayo itajawa na matukio ya ajabu ya ajabu ambayo yataniletea furaha kubwa.

Ninaondoa nanga za kishetani zinazoniweka katika mizunguko—
mizunguko ya umaskini, shida, ukosefu, mapambano, magonjwa sugu, na magonjwa.

Ninaharibu nanga hizi sasa
kwa Neno, kwa Damu, na kwa Roho.

Nimejikita katika Bwana.
Ninatangaza na kuamuru kwamba mapambano yangu yamekwisha.
Ninatangaza mshangao wa ghafla, ongezeko lisilo la kawaida,
furaha kuu katika Bwana, utukufu endelevu, kibali, utajiri, utajiri, nguvu, na ushawishi.
Nimepakwa mafuta kwa ajili ya msimu mpya.

Mambo ya kale yamepita, na tazama, mambo yote yamekuwa mapya.

Kwa upako huu ninaingia katika msimu mpya
na kutangaza msimu mpya wa nguvu, amani, ukamilifu, umakini, ustawi katika huduma, na utukufu.

Ninatangaza kwamba kichwa changu hakitakosa mafuta mapya kamwe.
Ninaongezeka katika msongamano, uthabiti, na nguvu katika jina la Yesu.
Ninaamuru kwamba mafuta haya yatende kama muhuri wa idhinisho maishani mwangu.

Inaniunga mkono.
Inanipa vifaa. Inanipa nguvu. Inanipa nafasi.

Nifanye niishi katika kufurika.

Niingize katika hatima ya kinabii na umaarufu kupitia Yesu Kristo,
ambaye nimepata urithi ndani yake,
akichaguliwa tangu mwanzo kulingana na kusudi lake
Yeye afanyaye mambo yote kulingana na shauri la mapenzi yake.

Ninafunga sala hii kwa jina la Yesu
na kwa nguvu ya Damu yake, Neno lake, na Roho wake.

Basi atukuzwe yeye awezaye kufanya mambo ya ajabu, kupita kiasi, yote ninayoweza kuomba au kufikiria,
kwa kadiri ya nguvu itendayo kazi ndani yangu—
Kwa jina la Yesu Kristo,
Nitamaliza mwaka huu kwa nguvu
na kuanza kila mwaka mpya nikiwa na nguvu.

Amina. Amina. Na Amina.

Kuelewa Miale Nane (8) ya Maombi

Katika Maandiko yote, maombi na uangalifu wa kiroho mara nyingi huunganishwa na nyakati maalum za kukesha. Walinzi waliwekwa ili kulinda miji, kuonya kuhusu hatari, na kubaki macho wakati wa vipindi tofauti vya mchana na usiku. Vivyo hivyo, waumini wanaitwa kubaki macho kiroho. Yesu aliwaagiza wanafunzi wake:

"Kesheni na muombe, msije mkaingia majaribuni."
(Mathayo 26:41)

Mwongozo huu wa maombi unafuata mdundo wa **saa nane za maombi** , unaowakilisha nyakati za makusudi siku nzima ili kuelekeza mawazo yetu kwa Mungu katika maombezi. Saa hizi hazihitaji vipindi virefu vya maombi. Hata dakika chache zenye umakini wakati wa kila saa zinaweza kuwa na nguvu zinapotolewa mara kwa mara.

Saa ya Kwanza — 6:00 AM
Mwanzo wa siku.
Saa hii ni wakati wa kujitolea siku kwa Bwana, kuoanisha mioyo yetu na makusudi Yake, na kualika mwongozo Wake.

Saa ya Pili — 9:00 AM
Wakati wa kuomba hekima, mwongozo, na nguvu kwa ajili ya majukumu ya siku hiyo.
Waumini wengi hutumia saa hii kuwaombea viongozi katika Kanisa na katika milima ya ushawishi.

Saa ya Tatu — 12:00 PM

Maombezi ya mchana.
Saa hii mara nyingi huwa wakati wa kutulia na kuzingatia upya kiroho, kuinua familia, jamii, na mataifa mbele za Bwana.

Saa ya Nne — 3:00 PM
Saa hiyo ambayo kwa kawaida ilihusishwa na maombi katika Kanisa la kwanza (Matendo 3:1).
Saa hii ni wakati mzuri wa kuomba kwa ajili ya uingiliaji kati wa Mungu na mafanikio.

Saa ya Tano — 6:00 PM
Kujitolea jioni.
Kadri siku inavyobadilika, saa hii inawaalika waumini kuomba ulinzi, urejesho, na amani.

Saa ya Sita — 9:00 PM
Wakati wa kutafakari na kumshukuru Mungu kwa yale aliyoyafanya mchana.
Pia ni wakati wa kuombea Kanisa na mataifa kabla ya kuingia katika ulinzi wa usiku.

Saa ya Saba — 12:00 AM
Sala ya usiku wa manane.
Katika Maandiko yote, usiku wa manane mara nyingi umekuwa wakati wa mafanikio ya kiroho (Matendo 16:25–26).
Saa hii inawakilisha vita vya kiroho vya kina zaidi na maombezi.

Saa ya Nane — 3:00 AM
Mkesha wa uvumilivu na maombi ya kinabii.
Waombezi wengi kihistoria wameona saa hii kuwa wakati wenye nguvu wa usikivu wa kiroho na maombezi ya kina.

Saa Inayoendelea

Watu binafsi, vikundi, na makanisa wanapoomba katika lindo hizi, matokeo yake huwa **mnyororo endelevu wa maombi** . Mtindo huu unaonyesha wito wa Ezekieli 22:30:
"Nilitafuta mtu miongoni mwao atakayejenga ukuta na kusimama penye ufa mbele zangu kwa ajili ya nchi."
Waumini wanaposhiriki katika lindo hizi, wanakuwa sehemu ya harakati kubwa zaidi ya maombezi kwa ajili ya Kanisa na mataifa.

UTANGULIZI

Wito wa Kusimama Katika Pengo

Katika Maandiko yote, wakati wowote Mungu alipotaka kuingilia kati mambo ya mataifa, aliwatafuta wanaume na wanawake ambao wangesimama pengoni kupitia maombi.

Nabii Ezekieli aliandika moyo wa Mungu aliposema:

"Nami nikatafuta mtu miongoni mwao, atakayetengeneza boma, na kusimama mbele zangu penye ufa kwa ajili ya nchi, nisije nikaiharibu; lakini sikumwona."
—Ezekieli 22:30

Kauli hii inafunua kanuni ya milele ya kiroho:
Mungu hufanya kazi kupitia waombezi.

Mataifa huinuka na kuanguka. Tamaduni hubadilika. Mifumo ya nguvu huathiri mwelekeo wa jamii. Lakini nyuma ya ukweli huu unaoonekana kuna nguvu za kiroho zinazounda matukio duniani.

Kwa sababu hii, maombi si shughuli ya ibada tu.
Maombi ni **ushiriki wa kiserikali na Mungu** katika mambo ya dunia.

Maombezi yanaalika mbingu kuingilia kati katika mifumo ya kidunia.

Milima Saba ya Ushawishi

Kila jamii imeundwa na nyanja muhimu za ushawishi zinazoamua maadili, utamaduni, na mwelekeo. Hizi mara nyingi huelezewa kama **Milima Saba ya Ushawishi** :

• Dini
• Familia • Elimu • Serikali • Vyombo vya Habari na Mawasiliano • Sanaa na Utamaduni • Biashara na Uchumi

Milima hii huathiri jinsi watu wanavyofikiri, kile ambacho jamii husherehekea, na jinsi mataifa yanavyotawaliwa.

Wakati nyanja hizi zinapoumbwa na uadilifu, jamii hustawi. Wakati zinatawaliwa na ufisadi au giza la kiroho, vizazi vizima hupata matokeo.

Kwa sababu hii, waumini wameitwa sio tu kuhubiri injili bali pia **kuomba kimkakati kwa ajili ya nyanja hizi za ushawishi** , wakimwomba Mungu awainue viongozi wa uadilifu na hekima watakaopatanisha mifumo na makusudi Yake.

Wizara ya Maombezi

Biblia imejaa mifano ya watu waliosimama mbele za Mungu kwa niaba ya wengine.

Ibrahimu aliombea Sodoma.
Musa aliombea Israeli. Danieli aliombea kurejeshwa kwa Yerusalemu. Esta alihatarisha maisha yake kwa ajili ya kuwaokoa watu wake.

Zaidi ya yote, Yesu Kristo Mwenyewe anaendelea na huduma ya maombezi leo:

"Ameishi sikuzote ili awaombee."
— Waebrania 7:25

Kupitia Kristo, waumini wanaalikwa kushiriki katika kazi hii inayoendelea ya maombezi.

Mtume Paulo anatukumbusha kwamba Roho Mtakatifu pia hutusaidia katika wito huu:

"Roho mwenyewe hutuombea kwa kuugua kusikoweza kutamkwa."
— Warumi 8:26

Hivyo, maombezi yanakuwa ushirikiano kati ya:

• Mwamini akiomba
• Roho Mtakatifu akiongoza • Na Kristo akiombea mbele za Baba.

Mkesha wa Maombi wa Siku Arobaini

Kijitabu hiki kimeundwa kama **uangalizi wa siku 40 uliopangwa wa maombezi** unaoadhimishwa kila mwaka kuanzia **Machi 17 hadi Aprili 25** .

Muundo huo unajumuisha:

• **Uanzishaji 10 wa maombi ya ufunguzi wa mlango**
• **Sehemu 320 za maombi ya kimkakati**
• **Lindo nane za maombi kila siku**
• **Misingi ya kimaandiko ya maombezi**

Maombi haya huimarisha mamlaka ya kiroho, huvunja upinzani, na hualika makusudi ya Mungu katika mataifa.

Kila siku ya kufunga inajumuisha **lindo nane za maombi** , zinazowakilisha nyakati tofauti za kiroho siku nzima.

Saa hizi huwasaidia waumini kubaki macho kiroho na kuendana na makusudi ya Mungu.

Harakati ya Kimataifa ya Waombezi

Kazi hii haikusudiwi kwa mtu mmoja au huduma moja pekee.

Mungu anainua mtandao wa kimataifa wa waumini wanaobeba mzigo wa maombezi kwa ajili ya Kanisa na kwa ajili ya mataifa.

Kupitia tafsiri katika lugha nyingi na ushiriki wa waumini kote ulimwenguni, maono ni kuhamasisha **jumuiya ya kimataifa ya waombezi zaidi ya milioni 10** ambao watasimama pamoja katika maombi.

Waombezi hawa wataomba kwa ajili ya:

• Utakaso na umoja wa Kanisa
• Wokovu wa mataifa • Hekima kwa viongozi • Mabadiliko katika Milima Saba ya Ushawishi.

Jukumu Lako Katika Kazi Hii

Iwe unaomba kibinafsi, na kikundi cha maombi, au kama sehemu ya jumuiya ya kanisa, kijitabu hiki kinatoa mwongozo uliopangwa ili kukusaidia kushiriki katika maombezi yenye mwelekeo.

Unaalikwa kushiriki katika lindo hili la maombi kwa imani, unyenyekevu, na matarajio.

Unaposali kupitia kurasa hizi, kumbuka:

Maombi hubadilisha mazingira.
Maombi huachilia uingiliaji kati wa kimungu. Maombi huilinganisha dunia na mbingu.

Mwaliko unabaki vile vile leo kama ulivyokuwa siku zote:

Simama kwenye pengo.

Na kwa maombezi ya uaminifu, mapenzi ya Mungu yatimizwe **duniani kama yalivyo mbinguni.**

Mamlaka ya Mwombezi

Ibrahimu, Musa, Danieli, Yesu na Roho Mtakatifu: Kusimama Katika Pengo

Katika Maandiko yote, Mungu anafunua mpangilio thabiti: mataifa yanapoelekea kwenye uharibifu, Bwana hutafuta watu watakaosimama mbele zake katika maombi.

Nabii Ezekieli aliuelezea ukweli huu kwa kauli yenye nguvu kutoka kwa Bwana:

"Nilitafuta mtu miongoni mwao, atakayejenga ukuta, na kusimama mbele zangu penye ufa, kwa ajili ya nchi, nisije nikaiharibu." (Ezekieli 22:30)

Maombezi ni kitendo cha kusimama kati ya mbingu na dunia—kuomba rehema, haki, na makusudi ya Mungu kwa niaba ya wengine.

Biblia inatoa mifano kadhaa yenye nguvu ya wale waliotimiza jukumu hili.

Ibrahimu: Kuombea Jiji Ovu

Ibrahimu, baba wa imani, alikuwa miongoni mwa waombezi wa kwanza kabisa kuandikwa katika Maandiko.

Katika Mwanzo 18, Bwana alimfunulia Ibrahimu kwamba miji ya Sodoma na Gomora ilikuwa imeharibika sana na kwamba hukumu ilikuwa karibu.

Hata hivyo, kabla ya hukumu kuanguka, Mungu alimruhusu Ibrahimu kujua kile alichokuwa karibu kufanya.

"Je, nimfiche Ibrahimu ninachotaka kufanya?"
(Mwanzo 18:17)

Badala ya kubaki kimya, Abrahamu alisonga mbele kwa unyenyekevu na ujasiri ili kuomba rehema.

Mwanzo 18:22 inarekodi tukio la ajabu:

"Lakini Ibrahimu bado alisimama mbele za Bwana."

Kusimama mbele za Bwana ni mkao wa mwombezi.

Ibrahimu aliomba haki na rehema ya Mungu, akiuliza kama jiji hilo lingeweza kuokolewa ikiwa watu wenye haki wangeweza kupatikana ndani yake.

Kuanzia na hamsini na kupunguza idadi hiyo polepole hadi kumi, Ibrahimu aliendelea kuomba rehema.

Kila ombi lilitolewa kwa unyenyekevu:

"Tazama sasa, mimi niliye mavumbi na majivu tu, nimechukua jukumu langu kusema na Bwana."
(Mwanzo 18:27)

Maombezi ya Ibrahimu yanaonyesha kwamba Mungu anawaalika wale wanaotembea naye kwa karibu kushiriki katika shughuli zake na ulimwengu kupitia maombi.

Musa: Kuombea Taifa Lililoasi

Mfano mwingine wenye nguvu wa maombezi unaonekana katika maisha ya Musa.

Katika Kutoka 32, watu wa Israeli walianguka katika ibada ya sanamu kwa kuabudu ndama wa dhahabu. Uasi wao ulichochea hasira ya Bwana, na hukumu ilionekana kuwa ya uhakika.

Lakini Musa alijitokeza mbele kuombea.

Badala ya kujitenga na watu, Musa alijitambulisha nao na akaomba ahadi za agano la Mungu.

Aliomba:

"Ee Bwana, kwa nini hasira yako inawaka juu ya watu wako, uliowatoa Misri kwa uweza mkuu?"
(Kutoka 32:11)

Musa alimkumbusha Bwana kuhusu agano lake na Ibrahimu, Isaka, na Israeli. Aliomba sifa ya Mungu miongoni mwa mataifa na akaomba rehema.

Kupitia maombezi yake, hukumu ilizuiliwa na watu waliokolewa.

Wakati huu unafunua ukweli kadhaa kuhusu maombezi:

• Waombezi hujitambulisha na watu wanaowaombea.
• Waombezi huvutia ahadi na tabia ya Mungu. • Maombezi hutafuta urejesho badala ya uharibifu.

Danieli: Kuombea Taifa Lililotekwa

Karne nyingi baadaye, mwombezi mwingine aliibuka wakati wa mgogoro wa kitaifa.

Danieli aliishi wakati wa utumwa wa Israeli huko Babeli. Aliposoma unabii wa Yeremia na kuelewa kwamba kipindi cha utumwa kilikuwa kinakaribia kukamilika, alijibu kwa maombi na toba.

Danieli 9:3 inaelezea mkao wake:

"Kisha nikaelekeza uso wangu kwa Bwana Mungu, ili kuomba kwa maombi na dua, pamoja na kufunga, kuvaa nguo za magunia na majivu."

Sala ya Danieli ilikuwa ya ajabu kwa sababu hakujitenga na dhambi za taifa.

Badala yake, alijitambulisha na watu na kukiri kushindwa kwao mbele za Mungu:

"Tumefanya dhambi na kutenda uovu."
(Danieli 9:5)

Maombezi ya Danieli yaliomba rehema ya Mungu na uaminifu wa agano.

Kupitia maombi yake, mbingu ilijibu. Mungu alimtuma malaika Gabrieli na ufunuo kuhusu mustakabali wa Israeli na kuja kwa Masihi.

Mfano wa Danieli unaonyesha kwamba maombezi yanaweza kuathiri si tu hali za sasa bali pia vizazi vijavyo.

Yesu: Mwombezi Mkuu

Ingawa Ibrahimu, Musa, na Danieli wanaonyesha nguvu ya uombezi, mwombezi mkuu zaidi katika historia ni Yesu Kristo.

Yesu hakuombea tu wanadamu wakati wa huduma Yake duniani—Anaendelea kuwaombea leo.

Maandiko yanasema:

"Anaishi siku zote ili awaombee."
(Waebrania 7:25)

Kupitia dhabihu yake msalabani, Yesu aliwapatanisha wanadamu na Mungu. Kupitia maombezi yake yanayoendelea, Yeye huwawakilisha waumini mbele za Baba kila mara.

Kila sala inayotolewa wakati wa zamu hii ya siku arobaini hatimaye hutiririka katika huduma ya Kristo.

Ujasiri wetu katika maombi hautegemei haki yetu wenyewe bali kazi iliyokamilika ya Yesu.

Roho Mtakatifu: Kuombea Ndani ya Mwamini

Wakati Yesu anatuombea mbinguni, Roho Mtakatifu hufanya kazi ndani ya waumini ili kuimarisha na kuongoza maombi yetu.

Maandiko yanafundisha kwamba waumini hawaachiwi kuomba kwa nguvu zao wenyewe. Roho wa Mungu hutusaidia katika maombi, hasa wakati ambapo maneno hayatoshi.

Mtume Paulo aliandika:

" Kadhalika Roho naye hutusaidia udhaifu wetu, kwa maana hatujui tuombalo jinsi itupasavyo, lakini Roho mwenyewe hutuombea kwa kuugua kusikoweza kutamkwa."
(Warumi 8:26)

Hii ina maana kwamba maombezi si juhudi ya kibinadamu tu. Ni ushirikiano kati ya mwamini na Roho wa Mungu.

Waumini wanapoomba, Roho Mtakatifu hulinganisha maombi yao na mapenzi ya Mungu.

Mwamini kama Hekalu la Mungu

Maandiko pia yanafunua kwamba waumini wenyewe ndio makao ya Mungu.

Paulo aliandika:

"Hamjui ya kuwa ninyi mmekuwa hekalu la Mungu, na ya kuwa Roho wa Mungu anakaa ndani yenu?"
(1 Wakorintho 3:16)

Kwa sababu Roho wa Mungu anakaa ndani ya waumini, maisha ya mwamini yanakuwa mahali patakatifu palipo hai ambapo ushirika na Mungu hufanyika.

Yesu alitangaza kwamba nyumba ya Mungu imekusudiwa kuwa **nyumba ya sala** (Mathayo 21:13).

Ukweli huu unaenea zaidi ya majengo na mikusanyiko. Watu wa Mungu wenyewe wanakuwa nyumba hai za maombi.

Kama mahekalu ya Roho Mtakatifu, waumini hubeba ndani yao mwaliko endelevu wa ushirika na Mungu.

Nyumba Hai ya Maombi

Roho Mtakatifu anapokaa ndani ya waumini, maombi hayaishii tena katika nyakati au maeneo maalum.

Roho huunda ndani ya mwamini ufahamu endelevu wa uwepo wa Mungu.

Kupitia Roho:

• Mioyo yetu inasukumwa kuelekea maombi
• Mizigo yetu inaundwa na makusudi ya Mungu • Maombi yetu yanaendana na mapenzi ya Mungu

Kwa njia hii, mwamini anakuwa madhabahu iliyo hai ya maombezi.

Roho huchochea maombi kwa ajili ya familia, makanisa, viongozi, na mataifa.

Kile kinachoanza kama msukumo mdogo ndani ya moyo mara nyingi huwa tendo lenye nguvu la maombezi mbele ya kiti cha enzi cha Mungu.

Ushirikiano katika Maombezi

Kwa hivyo huduma ya maombezi inahusisha ushirikiano mzuri:

- **Yesu anatuombea mbele za Baba.**
- **Roho Mtakatifu anatuombea ndani yetu.**
- **Waumini huitikia kwa utii kupitia maombi.**

Kupitia ushirikiano huu, makusudi ya Mungu yanaendelezwa duniani.

Waumini wanapoingia katika zamu hii ya maombi ya siku arobaini, hawaombi peke yao.

Roho wa Mungu hufanya kazi ndani yao, akiwasaidia kubeba mzigo wa maombezi.

Na Kristo mwenyewe anasimama mbele za Baba kama Kuhani Mkuu wa milele, akiwasilisha maombi ya watakatifu.

Wito wa Kuwa Nyumba ya Maombi

Unaposhiriki katika msimu huu wa kufunga na maombezi, kumbuka kwamba maombi si kitu unachofanya tu.

Ni sehemu ya wewe kama hekalu la Mungu aliye hai.

Roho Mtakatifu aliye ndani yako yuko tayari kuongoza maombi yako, kuimarisha imani yako, na kuoanisha moyo wako na mapenzi ya Mungu.

Saa hii ya siku arobaini na iamshe ndani yako maisha ya ndani zaidi ya ushirika na Bwana.

Na maisha yako yawe kile ambacho Yesu alitangaza kwamba nyumba ya Mungu inapaswa kuwa sikuzote:

Nyumba ya maombi.

Milima Saba ya Ushawishi

Jinsi Wanavyounda Ulimwengu Wetu

Katika historia yote, jamii zimeumbwa na nyanja muhimu za ushawishi zinazoamua jinsi watu wanavyofikiri, kuishi, na kujitawala.

Nyanja hizi huathiri maadili, utamaduni, sheria, elimu, uchumi, na mwelekeo wa kiroho. Maeneo haya yanapoendana na haki, mataifa hustawi. Yanapotawaliwa na ufisadi, udanganyifu, na dhuluma, jamii hupata mkanganyiko na kushuka.

Viongozi wengi wa Kikristo wameelezea maeneo haya kama **Milima Saba ya Ushawishi** kwa sababu ya kiwango cha mamlaka na athari waliyo nayo katika kuunda ustaarabu.

Wito wa waombezi si tu kuwaombea watu binafsi, bali pia kuombea mabadiliko ya miundo hii yenye ushawishi ili makusudi ya Mungu yaweze kuonyeshwa katika maisha ya mataifa.

Waumini wanapoomba kimkakati kwa ajili ya milima hii, wanamwomba Mungu alete **hekima yake, haki, haki, na ukweli** katika maeneo yanayounda jamii. **Milima saba ni pamoja na:**

1. **Dini (Kanisa)**
2. **Familia**
3. **Elimu**
4. **Serikali**
5. **Vyombo vya habari**
6. **Sanaa na Utamaduni**
7. **Biashara na Uchumi**

Kila mlima una ushawishi mkubwa kuhusu jinsi jamii zinavyofanya kazi.

1. Mlima wa Dini (Kanisa)

Kanisa limeitwa kuwa **dhamiri ya kiroho ya jamii** .

Kanisa linapokuwa imara, lenye maombi, na lenye msingi katika ukweli, linakuwa chanzo cha uwazi wa kimaadili, mwongozo wa kiroho, na matumaini kwa ulimwengu.

Hata hivyo, Kanisa linapokuwa dhaifu, limegawanyika, au limevurugwa, mara nyingi jamii hupoteza dira yake ya kiroho.

Yesu alitangaza katika Mathayo 21:13:

"Nyumba yangu itaitwa nyumba ya sala."

Waombezi huliombea Kanisa ili liweze kubaki safi, lenye umoja, jasiri, na mwaminifu kwa injili ya Yesu Kristo.

2. Mlima wa Familia

Familia ndio **msingi wa kila jamii** .

Ni ndani ya familia ambapo maadili, utambulisho, tabia, na imani huundwa kwanza. Familia zenye afya hutoa jamii imara na mataifa yenye nguvu.

Familia zinapovunjika, vizazi mara nyingi hupambana na kutokuwa na utulivu, kuchanganyikiwa, na kupoteza mwelekeo.

Maandiko yanafundisha kwamba Mungu anataka urejesho ndani ya familia:

"Ataigeuza mioyo ya baba iwaelekee watoto, na mioyo ya watoto iwaelekee baba zao."
(Malaki 4:6)

Waombezi huombea familia kwa sababu afya ya vizazi vijavyo inategemea wao.

3. Mlima wa Elimu

Elimu huunda jinsi watu wanavyofikiri na jinsi viongozi wa siku zijazo wanavyoundwa.

Shule, vyuo vikuu, na taasisi za kujifunza huathiri mtazamo wa ulimwengu wa vizazi vizima. Mawazo yanayofundishwa madarasani mara nyingi huwa sera, teknolojia, na mifumo inayounda mustakabali.

Kwa sababu hii, waumini huomba kwamba ukweli, hekima, na uadilifu viwaongoze wale wanaofundisha na wale wanaojifunza.

Danieli na wenzake walionyesha jinsi hekima ya Mungu inavyoweza kushawishi mazingira ya kujifunza:

"Mungu aliwapa maarifa na ujuzi katika elimu na hekima yote."
(Danieli 1:17)

Maombezi juu ya mlima wa elimu hutafuta hekima ya Mungu kwa wanafunzi, walimu, na taasisi.

4. Mlima wa Serikali

Serikali ina jukumu la kuanzisha sheria, kulinda haki, na kudumisha utulivu ndani ya jamii.

Viongozi serikalini hufanya maamuzi yanayoathiri mamilioni ya watu. Sera zao zinaathiri uchumi, usalama wa taifa, utulivu wa kijamii, na uhusiano wa kimataifa.

Maandiko yanawahimiza waumini kuwaombea wale wanaotawala:

"Kwa hiyo nawasihi dua, na sala, na maombezi, na shukrani, zifanyike kwa ajili ya watu wote; kwa ajili ya wafalme na wote wenye mamlaka."
(1 Timotheo 2:1-2)

Waombezi huwaombea viongozi wa serikali ili haki, haki, na hekima ziongoze maamuzi ya kitaifa.

5. Mlima wa Vyombo vya Habari na Burudani

Vyombo vya habari na Burudani huunda jinsi watu wanavyopokea taarifa na kutafsiri matukio yanayotokea karibu nao.

Kupitia televisheni, redio, majukwaa ya kidijitali, uandishi wa habari, na mitandao ya kijamii, masimulizi huundwa ambayo yanaathiri mtazamo wa umma na maadili ya kitamaduni.

Kwa sababu ya ufikiaji wake, vyombo vya habari vina nguvu ya kueneza ukweli au kukuza udanganyifu.

Waumini huomba kwamba ukweli, uadilifu, na hekima viwaongoze wale wanaowasiliana na umma.

6. Mlima wa Sanaa na Utamaduni

Sanaa na utamaduni huathiri mawazo, ubunifu, na usemi wa kihisia wa jamii.

Muziki, filamu, fasihi, sanaa za kuona, na burudani huunda jinsi watu wanavyoona uzuri, maadili, utambulisho, na maana.

Katika Maandiko yote, ubunifu mara nyingi ulitumika kumtukuza Mungu, kuanzia ujenzi wa hekalu hadi nyimbo za ibada zilizoandikwa katika Zaburi.

Waombezi wanaomba kwamba ubunifu na ushawishi wa kitamaduni vitatumika kuakisi ukweli, uzuri, na matumaini.

7. Mlima wa Biashara na Uchumi

Mifumo ya biashara na uchumi huamua jinsi rasilimali zinavyozalishwa, kusambazwa, na kusimamiwa.

Mifumo ya kiuchumi inapofanya kazi kwa uadilifu, jamii hustawi na fursa huongezeka. Rushwa inapotawala mifumo ya kiuchumi, ukosefu wa usawa na unyonyaji mara nyingi hufuata.

Maandiko yanawakumbusha waumini kwamba Mungu ndiye chanzo cha hekima kwa ajili ya ustawi na usimamizi.

Waombezi wanaomba kwamba viongozi wa biashara watafanya kazi kwa uadilifu, haki, na hisia ya uwajibikaji kwa jamii.

Kwa Nini Maombezi kwa Ajili ya Milima Saba Ni Muhimu

Kusudi la kuombea milima hii si utawala au udhibiti. Lengo ni mabadiliko.

Wakati haki inapoathiri miundo inayounda jamii, watu hupata haki, fursa, amani, na uwazi mkubwa wa maadili.

Yesu aliwafundisha wafuasi wake kuomba:

"Ufalme wako uje . Mapenzi yako yatimizwe duniani kama huko mbinguni."
(Mathayo 6:10)

Kupitia maombi, waumini hushirikiana na makusudi ya Mungu kwa ajili ya ulimwengu.

Maombezi huwa njia ya kukaribisha hekima na utawala wa Mungu katika kila nyanja ya ushawishi wa mwanadamu.

Unaposali kwa siku arobaini zijazo, utakuwa umesimama kwenye pengo si kwa ajili ya watu binafsi tu bali kwa ajili ya **miundo inayounda mataifa na vizazi** .

Jinsi ya Kutumia Mwongozo Huu wa Maombi

Mwongozo huu wa maombi umeundwa kama **mfumo uliopangwa wa maombezi** ili kuwasaidia waumini kuomba kimkakati kwa ajili ya Kanisa, viongozi, na mataifa.

Inaweza kutumika **kibinafsi, ndani ya vikundi vya maombi, au na jumuiya nzima za kanisa** zinazohisi wito wa kusimama pengo kwa ajili ya mataifa.

Mwongozo umepangwa katika sehemu kuu tatu:

1. **Matamko ya Kufungua na Kufunga Lango (Sehemu 10)**
2. **Siku 40 za Maombi ya Kimkakati yenye Pointi 320 za Maombi**
3. **Saa Nane za Maombi za Kila Siku - Pointi 320 za Maombi**

Kila sehemu ina kusudi maalum katika kumtayarisha mwombezi kuomba kwa mamlaka, upatanifu, na kifuniko cha kiroho.

1. Matamko ya Kufungua na Kufunga Lango

Kabla ya kuanza sehemu za maombi ya kila siku, kitabu kinatoa **sala kumi za uamsho za kinabii** zenye majina yafuatayo:

Nguvu ya Atomiki ya Maneno ya Maombi (Sehemu ya 1–10).

Matamko haya yana madhumuni kadhaa:

• Simamisha mamlaka ya kiroho katika Kristo
• Fungua milango ya maombi katika ulimwengu wa kiroho • Vunja upinzani na kuingiliwa na mapepo • Toa matamko ya kinabii juu ya mwombezi na eneo
• Funga mazingira ya maombi kabla ya maombezi kuanza

Matamko haya yanaweza kuombwa kwa njia moja kati ya mbili:

Chaguo 1 — Uanzishaji wa Maombi ya Usiku wa Manane

Ombeni **sehemu zote kumi pamoja kuanzia saa sita usiku** , mkifungua zamu ya maombi ya siku hiyo.

Hii huimarisha mamlaka ya kiroho na huandaa mazingira kwa ajili ya maombezi ya siku hiyo.

Chaguo la 2 — Lindo za Maombi za Saa Mbili

Omba **sehemu moja kila baada ya saa mbili** , ukifunika ulinzi wa kiroho wa siku.

Mfano wa ratiba:

12:00 AM – Ufunguzi wa Lango / Sehemu ya 1
2:00 AM – Sehemu ya 24:00 AM – Sehemu ya 36:00 AM – Sehemu ya 48:00 AM – Sehemu ya 510:00 AM – Sehemu ya 612:00 PM – Sehemu ya 72:00 PM – Sehemu ya 84:00 PM – Sehemu ya 96:00 PM – Sehemu ya 10 (Matamko ya Kufunga)

Muundo huu husaidia kudumisha **maombi endelevu** .

2. Lindo la Maombi la Siku 40

Kiini cha mwongozo huu ni **kipindi cha siku 40 cha maombezi yanayozingatia** yanayozingatiwa kila mwaka kutoka:

Machi 17 hadi Aprili 25

Katika siku hizi arobaini, waumini wanahimizwa kufunga na kuomba kadri Bwana anavyoongoza.

Kila siku inajumuisha:

• **Pointi nane za maombi ya kimkakati**
• **Maandiko mawili ya msingi**
• **Maombezi yanayolengwa kwa ajili ya Milima Saba ya Ushawishi**

Katika kipindi cha siku arobaini, mwombezi ataomba **hoja 320 za maombi ya kimkakati** .

Maombi haya yanashughulikia hali za kiroho zinazoathiri:

* Mifumo na mashirika ya Kanisa au Dini
* Vyombo vya Habari na Burudani
* Biashara na Uchumi
• Familia • Mataifa • Viongozi • Mifumo ya kitamaduni

3. Lindo Nane za Maombi za Kila Siku

Maombi yamepangwa kwa **zamu nane za mchana** , zikiwakilisha tahadhari ya kiroho inayoendelea.

Saa hizi huzingatiwa kijadi katika nyakati zifuatazo:

6:00 AM
9:00 AM12:00 PM3:00 PM6:00 PM9:00 PM12:00 AM3:00 AM

Kila sehemu ya maombi inaweza kuombewa wakati wa mojawapo ya saa hizi.

Mdundo huu huwawezesha waumini kudumisha **maombi ya kila mara siku nzima** .

4. Kuomba Mtu Mmoja au Kama Kikundi

Mwongozo huu unaweza kutumika kwa njia kadhaa:

Sala ya Mtu Binafsi

Muumini binafsi anaweza kuomba kupitia mwongozo wakati wa ibada ya kibinafsi na kufunga.

Vikundi vya Maombi

Vikundi vidogo vinaweza kugawanya lindo za maombi miongoni mwa washiriki, na kuhakikisha maombi yanaendelea kusomwa.

Maombezi ya Kanisa

Makanisa yanaweza kutumia mwongozo huu wakati wa misimu ya kufunga ya shirika au mikusanyiko ya maombi.

5. Kuomba kwa Matarajio

Unaposali kupitia kurasa hizi, kumbuka kwamba maombezi si kukariri maneno tu.

Ni **kusimama mbele za Mungu kwa niaba ya wengine** .

Omba na:

• Imani katika ahadi za Mungu
• Usikivu kwa uongozi wa Roho Mtakatifu • Matarajio kwamba Mungu ataingilia kati katika masuala ya mataifa.

Mwaliko uleule ulioanza kazi hii bado upo hadi leo:

Simama kwenye pengo.

Na kupitia maombi ya uaminifu, mapenzi ya Mungu yatimizwe **duniani kama yalivyo mbinguni.**

Wito kwa Walinzi wa Mataifa

Katika historia yote ya watu wa Mungu, Bwana amewainua wanaume na wanawake waliosimama mbele zake kwa niaba ya wengine. Watu hawa hawakuwa wafalme, manabii, au viongozi wa umma kila wakati. Wengi walikuwa waumini wa kawaida waliobeba mzigo wa ajabu wa kuomba.

Wakawa **walinzi** .

Mlinzi anasimama macho huku wengine wakilala. Mlinzi anaona hatari kabla haijafika. Mlinzi anamlilia Mungu kwa rehema, ulinzi, na uingiliaji kati wa kimungu.

Bwana alizungumza kupitia nabii Ezekieli:

"Nami nikatafuta mtu miongoni mwao, atakayetengeneza boma, na kusimama mbele zangu mahali palipobomoka kwa ajili ya nchi."
—Ezekieli 22:30

Mungu bado anawatafuta watu kama hao leo.

Anawatafuta wale ambao wataomba si kwa ajili ya mahitaji yao wenyewe tu bali pia kwa ajili ya hatima ya Kanisa, mustakabali wa mataifa, na hali ya kiroho ya jamii.

Mwongozo huu wa maombi ni mwaliko wa kuwa mmoja wa walinzi hao.

Unaweza kuwa unasali peke yako katika chumba tulivu, katika kikundi cha maombi na marafiki, au ndani ya jumuiya ya kanisa. Bila kujali uko wapi, unapoomba kwa imani na utii unashiriki katika kazi ya ukombozi ya Mungu duniani.

Kupitia maombi:

Mioyo hulainishwa.
Ngome zimevunjika. Viongozi huathiriwa na hekima ya Mungu. Na makusudi ya Mungu yanasonga mbele katika mataifa.

Kazi hii ni sehemu ya harakati inayokua ya waumini kote ulimwenguni ambao wamejitolea kusimama pengoni wakati wa **zamu ya maombi ya siku 40 kuanzia Machi 17 hadi Aprili 25 kila mwaka** .

Waombezi katika mataifa mengi wanaungana pamoja wakiwa na mzigo mmoja—kuombea Kanisa, viongozi, na mabadiliko ya Milima Saba ya Ushawishi.

Kwa pamoja, jumuiya hii inayokua ya mashujaa wa maombi inatafuta kuhamasisha **mamilioni ya waombezi duniani kote** ambao watainua sauti zao mbele za Mungu kwa ajili ya hatima ya mataifa.

Unaalikwa kuwa sehemu ya kampuni hiyo.

Unapoanza kuomba kupitia mwongozo huu, kumbuka kwamba maombi si ibada au zoezi la kidini tu. Maombi ni ushirikiano mtakatifu na Mungu.

Roho Mtakatifu huomba kupitia sisi.
Yesu hutuombea. Na Baba husikia kilio cha watu wake.

Zifikie sala hizi kwa unyenyekevu, imani, na matarajio.

Bwana akuimarishe roho yako, anoe utambuzi wako, na akupe nguvu ya kusimama kwa uaminifu katika pengo.

Wito unabaki vile vile leo kama ulivyokuwa siku zote:

Kesheni na muombe.

Na kwa maombezi ya uaminifu, mapenzi ya Mungu yatimizwe **duniani kama yalivyo mbinguni.**

Kuingia kwenye Linda la Siku Arobaini

Kuandaa Moyo kwa Ajili ya Maombezi

Mlinzi wa maombi wa siku arobaini ni zaidi ya zoezi la kiroho. Ni mwaliko wa kumkaribia Mungu na kushiriki katika makusudi Yake kwa ajili ya Kanisa na mataifa.

Katika Maandiko yote, majira ya kufunga na maombi mara nyingi yalitangulia nyakati za mafanikio ya kiroho, urejesho, na mwongozo wa kimungu. Majira haya yalikuwa nyakati ambapo watu wa Mungu walijinyenyekeza, wakatafuta uso wake, na wakapatanisha mioyo yao na mapenzi yake.

Unapojiandaa kuingia katika lindo hili la siku arobaini, ni muhimu kukaribia wakati huu kwa mkao sahihi wa moyo.

Wakati wa Unyenyekevu

Maombezi ya kweli huanza na unyenyekevu.

Kabla ya kuombea mataifa, viongozi, na jamii, waumini lazima kwanza wajitokeze mbele za Mungu kwa uaminifu na uwazi.

Bwana alitangaza:

"Ikiwa watu wangu walioitwa kwa jina langu watajinyenyekesha, na kuomba, na kunitafuta uso, na kuziacha njia zao mbaya; basi, nitasikia kutoka mbinguni, na kuwasamehe dhambi yao, na kuiponya nchi yao."
(2 Mambo ya Nyakati 7:14)

Unyenyekevu humruhusu Roho Mtakatifu kuchunguza mioyo yetu na kuondoa chochote kinachoweza kuzuia ushirika wetu na Mungu.

Katika msimu huu, mwombe Bwana asafishe moyo wako na kufanya upya ibada yako Kwake.

Wakati wa Toba

Mara nyingi maombezi huanza na toba.

Danieli alionyesha hili alipoomba kwa ajili ya urejesho wa Israeli. Badala ya kujitenga na makosa ya taifa lake, alikiri dhambi zao mbele za Bwana.

"Tumefanya dhambi na kutenda uovu."
(Danieli 9:5)

Toba huandaa moyo kumkaribia Mungu kwa uaminifu na heshima.

Unapoanza lindo hili la siku arobaini, chukua muda wa kumwomba Bwana msamaha, ufufuo, na uwazi wa kiroho.

Wakati wa Kupangilia

Maombi si tu kuhusu kuwasilisha maombi kwa Mungu, bali pia kuhusu kuoanisha mioyo yetu na makusudi Yake.

Yesu aliwafundisha wanafunzi wake kusali:

"Ufalme wako uje . Mapenzi yako yatimizwe duniani kama huko mbinguni."
(Mathayo 6:10)

Wakati wa msimu huu wa maombi, mwombe Bwana alinganishe mawazo, matamanio, na vipaumbele vyako na mapenzi Yake.

Mruhusu Roho Mtakatifu akufanyie maombi yako kulingana na makusudi ya Mungu kwa Kanisa na mataifa.

Wakati wa Umoja

Maombezi huwa na nguvu hasa waumini wanapoomba pamoja kwa umoja.

Kanisa la kwanza lilipata mafanikio makubwa kwa sababu waliomba kwa moyo mmoja na kusudi moja.

Matendo 12:5 kumbukumbu:

"Petro aliwekwa gerezani, lakini kanisa lilimwombea Mungu kwa bidii kwa ajili yake."

Kupitia maombi ya pamoja, Mungu aliachilia uingiliaji kati usio wa kawaida.

Watu binafsi, vikundi vya maombi, na makanisa yanaposhiriki katika lindo hili la siku arobaini, Roho wa Mungu na aumbe umoja wa kina zaidi miongoni mwa waumini.

Wakati wa Matarajio

Maombezi si kitendo cha kukata tamaa bali ni usemi wa imani.

Waumini wanapoomba, wanaitikia mwaliko wa Mungu anayesikia na kujibu maombi.

Yeremia 33:3 inasema:

"Niite, nami nitakuitikia, nami nitakuonyesha mambo makubwa na magumu usiyoyajua."

Ingia kwenye saa hii ya siku arobaini ukiwa na matarajio.

Tarajia Mungu aingie mioyoni.

Tarajia kukutana na Mungu.

Tarajia urejesho, mwelekeo, na mabadiliko.

Mgawo Mtakatifu

Kwa miaka ishirini, msimu huu wa maombi—kuanzia Machi 17 hadi Aprili 25—umekuwa ukizingatiwa kama wakati maalum wa maombezi kwa ajili ya Kanisa na kwa ajili ya mataifa.

Kile kilichoanza kama wito wa kibinafsi wa maombi sasa kimekuwa mwaliko kwa waumini kila mahali kushiriki katika kazi hii takatifu.

Unapoanza safari hii, kumbuka kwamba maombi yako ni muhimu.

Mungu anaendelea kuwatafuta wale watakaosimama pengoni.

Mkesha huu wa siku arobaini na uimarishe uhusiano wako na Mungu, uimarishe mzigo wako wa maombezi, na uachilie makusudi Yake duniani.

Sasa, hebu tuanze saa.

Maandiko ya Msingi kwa ajili ya Kesho ya Siku Arobaini

Kila msimu wa maombezi lazima uwe na mizizi katika Neno la Mungu. Maombi hupata mamlaka yanapoendana na ahadi, makusudi, na tabia ya Mungu iliyofunuliwa katika Maandiko.

Vifungu vifuatavyo vinaunda msingi wa kibiblia wa zamu hii ya maombi ya siku arobaini. Maandiko haya yanatukumbusha kwa nini tunaomba, jinsi tunavyoomba, na kile tunachoamini Mungu anatamani kutimiza duniani.

Unaposafiri katika siku za kufunga na maombezi, rudi mara kwa mara kwenye vifungu hivi na uviache viimarishe imani yako na kuongoza maombi yako.

Wito wa Kusimama Katika Pengo
Ezekieli 22:30
"Nilitafuta mtu miongoni mwao, atakayejenga ukuta, na kusimama mbele zangu penye ufa kwa ajili ya nchi, nisije nikaiharibu."
Mungu anaendelea kuwatafuta wale watakaosimama mbele zake kwa niaba ya nchi.

Wajibu wa Mlinzi
Ezekieli 3:18–19
"Nikimwambia mwovu, 'Hakika utakufa,' nawe humpe maonyo... damu yake nitaitaka mkononi mwako. Lakini ukimwonya mwovu... umejiokoa roho yako."

Maombezi hubeba jukumu la kuwa macho kiroho.

Nyumba ya Mungu kama Nyumba ya Maombi
Mathayo 21:13
"Nyumba yangu itaitwa nyumba ya sala."
Isaya 56:7
"Nyumba yangu itaitwa nyumba ya sala kwa mataifa yote."
Shauku ya Mungu ni kwamba watu wake wawe jumuiya inayoomba inayowakaribisha mataifa mbele zake.

Wito wa Maombi Yanayoendelea
Luka 18:1
"Wanadamu wanapaswa kusali kila wakati na wasikate tamaa."
Mathayo 26:41
"Kesheni na muombe, msije mkaingia majaribuni."
Maombi yanahitaji uvumilivu, uangalifu, na tahadhari ya kiroho.

Msaada wa Roho Mtakatifu katika Maombezi
Warumi 8:26
"Roho naye hutusaidia udhaifu wetu ... Roho mwenyewe hutuombea kwa kuugua kusikoweza kutamkwa."
Warumi 8:34
"Kristo... yuko hata mkono wa kuume wa Mungu, naye hutuombea."
Maombezi yanawezeshwa na Roho Mtakatifu aliye ndani yetu na Kristo anayetuombea mbele za Baba.

Ujasiri katika Maombi na Huduma
Matendo 4:29–30
"Uwajalie watumishi wako kunena neno lako kwa ujasiri wote... ishara na maajabu yatendeke kwa jina la Mtumishi wako mtakatifu Yesu."
Kanisa la kwanza liliomba kwa ujasiri na matarajio.

Nguvu ya Maombi ya Pamoja
Matendo 12:5

"Petro aliwekwa gerezani, lakini kanisa lilimwombea Mungu kwa bidii kwa ajili yake."
Maombezi ya shirika yalitoa uingiliaji kati wa kimungu.

Kumsubiri Mungu katika Maombi
Luka 6:12
"Akatoka akaenda mlimani kuomba, akakesha usiku kucha akimwomba Mungu."
Zaburi 37:7
"Pumzika katika Bwana, na umngojee kwa subira."
Maombezi ya kweli mara nyingi yanahitaji kumsubiri Mungu.

Toba na Marejesho ya Kitaifa
Danieli 9:3–4
"Niliuelekeza uso wangu kwa Bwana Mungu, ili kuomba kwa maombi na dua, pamoja na kufunga."
2 Mambo ya Nyakati 7:14
"Ikiwa watu wangu walioitwa kwa jina langu watajinyenyekesha, na kuomba... basi nitasikia kutoka mbinguni, na kuiponya nchi yao."
Marejesho ya kitaifa mara nyingi huanza na toba na sala.

Vita vya Kiroho
Waefeso 6:18
"Mkisali kila wakati kwa maombi yote na dua katika Roho."
Maombi ni mojawapo ya silaha kuu katika vita vya kiroho.

Kuwaombea Viongozi na Mataifa
Warumi 15:30–31
"Jitahidini pamoja nami katika maombi kwa Mungu kwa ajili yangu."
2 Wathesalonike 3:1
"Tuombeeni, ili neno la Bwana liendelee haraka na kutukuzwa."
Maandiko mara kwa mara huwaita waumini kuwaombea viongozi na kuendeleza injili.

Sala ya Ufalme wa Mungu Uje
Mathayo 6:10
"Ufalme wako uje . Mapenzi yako yatimizwe duniani kama mbinguni."
Sala hii inabaki kuwa kilio kikuu cha maombezi kwa kila kizazi.

Ahadi ya Mungu ya Urejesho
Yeremia 31:11–12
"Bwana amemkomboa Yakobo na kumkomboa."
Makusudi ya Mungu hatimaye yanaongoza kwenye ukombozi na urejesho.

Mamlaka ya Mungu Juu ya Mataifa
Isaya 9:6–7
"Maongeo ya utawala wake na amani hayatakuwa na mwisho."
Kristo anatawala juu ya mataifa, na Ufalme Wake unaendelea kupanuka.

Ushindi wa Wenye Haki
Zaburi 92:8
"Lakini Wewe, Bwana, U juu milele na milele."
Ushindi wa mwisho ni wa Mungu.

Wito wa Kuombea
Kuanzia Ibrahimu akiomba kwa ajili ya miji, hadi Musa akisimama kwa ajili ya Israeli, hadi Danieli akiomba kwa ajili ya urejesho, hadi Yesu na Roho Mtakatifu akiombea waumini, Maandiko yanafunua nguvu ya maombi kila mara.
Siku hizi arobaini za maombi huendeleza utamaduni huo wa kibiblia.
Maandiko haya na yaimarishe imani yako unapoingia katika lindo hili la maombezi kwa ajili ya Kanisa, kwa ajili ya viongozi, na kwa ajili ya mataifa.

Maombi ya Vita vya Kimkakati vya Siku 40

Siku ya 1 - Kuinua Madhabahu ya Maombezi

Maandiko: Ezekieli 22:30; Luka 18:1

Ezekieli 22:30
Toleo Jipya la King James (NKJV)
"Nami nikatafuta mtu miongoni mwao, atakayejenga ukuta, na kusimama mbele zangu penye ufa, kwa ajili ya nchi, nisije nikaiharibu; lakini sikumwona mtu."

Ujumbe (MSG)
"Nilitafuta mtu wa kunitetea dhidi ya haya yote, kutengeneza ulinzi wa jiji, kunitetea na kusimama kwenye pengo ili kulinda ardhi hii ili nisilazimike kuiharibu.
Sikuweza kupata mtu yeyote."

Luka 18:1
Toleo Jipya la King James (NKJV)
"Kisha akawasimulia mfano, ya kwamba imewapasa kusali sikuzote, wala wasikate tamaa."

Ujumbe (MSG)
"Yesu aliwaambia hadithi inayoonyesha kwamba ilikuwa muhimu kwao kuomba kila mara na kamwe wasikate tamaa."

Saa kumi na mbili asubuhi Baba, niinue kama mtu atakayesimama kwenye pengo, kutengeneza mapengo, na kukataa kutofanya kazi kiroho katika msimu huu wa kufunga.

Saa 9 asubuhi ninaweka wakfu roho yangu, nafsi yangu, na mwili wangu kwa huduma ya maombezi ya uangalifu; kila madhabahu ya usumbufu iangushwe.

Saa 12 jioni Moto wa maombi uwake tena juu ya Kanisa Lako hadi sala itakapokoma kuwa mpango na kuwa makao.

Saa tisa mchana navunja makubaliano kwa usingizi, kutojali, na kuchelewa; napokea nguvu ya kuomba hadi mbingu itakapojibu.

Saa kumi na mbili jioni Bwana, fanya maisha yangu kuwa nyumba ya uvumba, lango la kuingilia, na madhabahu halali ambapo makusudi yako yanatekelezwa.

Saa tatu usiku Kila pengo katika familia yangu, kanisa, jiji, na taifa, lirekebishwe kwa rehema za Mungu ninaposimama mbele za Bwana.

Saa 12 asubuhi naamuru kwamba mfungo huu hautakuwa wa kiibada bila nguvu; utaleta mwendo katika roho na udhihirisho duniani.

Saa 3 asubuhi Ee Mungu, nipatie mwombezi aliye tayari na sauti yangu ishinde mbele zako kwa ajili ya urejesho, kuamka, na ukombozi.

Siku ya 2 - Kukesha na Mzigo wa Nafsi

Maandiko: Ezekieli 3:18-21; Mathayo 26:41

Ezekieli 3:18–21
Toleo Jipya la King James (NKJV)
"Nikimwambia mtu mwovu, 'Hakika utakufa,' nawe humpe maonyo, wala husemi ili kumwonya mtu mwovu aache njia yake mbaya, ili ajiokoe, mtu huyo mwovu atakufa katika uovu wake; lakini damu yake nitaitaka mkononi mwako.
Lakini, ukimwonya mtu mwovu, wala yeye haachi uovu wake, wala njia yake mbaya, atakufa katika uovu wake; lakini wewe umejiokoa roho yako.
Tena, mtu mwenye haki atakapoacha haki yake na kutenda uovu, nami nikiweka kikwazo mbele yake, atakufa; kwa sababu hukumwonya, atakufa katika dhambi yake, wala haki yake aliyoifanya haitakumbukwa; lakini damu yake nitaitaka mkononi mwako.
Lakini ukimwonya mwenye haki kwamba mwenye haki asitende dhambi, naye asitende dhambi, hakika ataishi kwa sababu alipokea maonyo; nawe utakuwa umejiokoa nafsi yako."

Ujumbe (MSG)
"Nikimwonya mwovu, 'Uko njiani ya kufa!' nawe husemi na kumwonya abadili njia zake, mwovu atakufa bila kuonywa katika dhambi yake, nami nitakutoza wewe hatia.
Lakini ukimwonya mwovu naye akakataa kuibadili njia yake, atakufa katika dhambi yake, lakini wewe utakuwa umeokoa maisha yako.
Na kama mtu mwema akiacha mema na kutenda mabaya, nami nikaweka kizuizi njiani mwake na akafa, wewe unawajibika ikiwa hukumwonya. Atakufa kwa ajili ya dhambi

yake na mema aliyoyafanya hapo awali hayatahesabiwa kuwa bure—nami nitakutoza wewe hatia.
Lakini ukimwonya mtu mwema asitende dhambi naye akakusikiliza na asitende dhambi, ataishi kwa sababu alichukulia onyo lako kwa uzito—nawe utakuwa umeokoa maisha yako."

Mathayo 26:41
Toleo Jipya la King James (NKJV)
"Kesheni na muombe, msije mkaingia majaribuni. Roho i radhi, lakini mwili ni dhaifu."

Ujumbe (MSG)
"Kaeni macho; ombeni ili msije mkaingia majaribuni bila hata kujua kwamba mko hatarini. Kuna sehemu yenu ambayo ina hamu, tayari kwa chochote katika Mungu, lakini kuna sehemu nyingine ambayo ni mvivu kama mbwa mzee anayelala karibu na moto."

Saa 6 asubuhi Baba, nifanye mlinzi mwaminifu ambaye hatanyamaza wakati hatima, familia, na mataifa yanaponing'inia kwenye mizani.

Saa 3 asubuhi nakataa uzembe badala ya maombi; napokea utambuzi wa kuona hatari kabla haijajitokeza.

Saa 12 jioni Acha mzigo kwa waliopotea, waliorudi nyuma, na waliojeruhiwa kiroho unibebe kwa uzito mtakatifu.

Saa 3 usiku Kila roho ya kutoomba iliyopewa jukumu la kudhoofisha ulinzi wangu, poteza mshiko wako na uinamie ubwana wa Yesu Kristo.

Saa kumi na mbili jioni naamuru kwamba macho yangu yafunguke, masikio yangu yatafunzwa, na roho yangu itakuwa macho kwa maonyo ya kimungu.

Saa tatu usiku Bwana, lifanye Kanisa lako liwe macho dhidi ya maelewano, ulaghai, na uingiliaji wa kishetani katika saa hii.

Saa 12 asubuhi ninasimama dhidi ya kila shambulio la giza linalowalenga watakatifu, na ninaomba Mungu anizuie dhidi ya njama zilizofichwa.

Saa 3 asubuhi Baba, acha mfungo huu unoe joho langu la mlinzi hadi nitakapoomba kwa usahihi, mamlaka, na uvumilivu unaoshinda.

Siku ya 3 - Nyumba ya Maombi Imerejeshwa

Maandiko: Mathayo 21:13; Isaya 56:7

Mathayo 21:13
Toleo Jipya la King James (NKJV)
"Akawaambia,
Imeandikwa, Nyumba *yangu itaitwa nyumba ya sala;* bali ninyi mmeifanya kuwa pango la wanyang'anyi."

Ujumbe (MSG)
Alisema, "Kuna Maandiko yasemayo,
Nyumba yangu itaitwa nyumba ya sala.
Mmeigeuza kuwa mahali pa kupumzikia wezi."

Isaya 56:7
Toleo Jipya la King James (NKJV)
"Hata hao nitawaleta kwenye mlima wangu mtakatifu,
na kuwafurahisha katika nyumba yangu ya sala. Sadaka zao za kuteketezwa na dhabihu zao zitakubaliwa juu ya madhabahu yangu; kwa maana nyumba yangu itaitwa nyumba ya sala kwa mataifa yote."

Ujumbe (MSG)
"Nitawaleta kwenye mlima wangu mtakatifu
na kuwapa furaha katika nyumba yangu ya sala.
Watakaribishwa kuabudu—kama vile walio ndani, ili kuleta sadaka za kuteketezwa na dhabihu madhabahuni mwangu."
Ndiyo! Nyumba yangu ya ibada
itajulikana kama **nyumba ya sala kwa watu wote** .

Saa 6 asubuhi Bwana, safisha nyumba yako na uondoe kila uchafu unaopingana na maombi ya kweli, usafi, na nguvu.

Saa 3 asubuhi kila mwizi wa hamu ya kiroho aondolewe maishani mwangu, nyumbani kwangu, na Kanisani kwa jina la Yesu.

Saa 12 jioni Ninaamuru kwamba madhabahu ya maombi itainuliwa katika kila kusanyiko, huduma, na nyumba iliyoteuliwa na Mungu.

Saa 3 usiku Kila roho ya biashara inayoharibu ibada na kuchafua vitu vitakatifu, itahukumiwa kwa moto wa Mungu.

Saa kumi na mbili jioni Baba, rudisha heshima, kuvunjika, na hofu ya Bwana katika patakatifu pa watu wako.

Saa 3 usiku Vyumba vya maombi, mimbari, na nyumba viwe milango ya utukufu ambapo Kristo anaketishwa na mwili unatiishwa.

Saa 12 asubuhi naita kizazi kinachopenda uwepo wako zaidi ya utendaji na sauti yako zaidi ya makofi.

Saa 3 asubuhi Ee Bwana, lifanye Kanisa lako kuwa nyumba ya sala kwa mataifa yote, na uamsho utoke madhabahuni.

Siku ya 4 - Kuugua Kulikoenea

Maandiko: Warumi 8:26, 34; Luka 6:12

Warumi 8:26
Toleo Jipya la King James (NKJV)
" Kadhalika Roho naye hutusaidia katika udhaifu wetu. Kwa maana hatujui tuombalo jinsi itupasavyo, lakini Roho mwenyewe hutuombea kwa kuugua kusikoweza kutamkwa."

Ujumbe (MSG)
"Wakati huo huo, wakati tunapochoka kusubiri, Roho wa Mungu yuko karibu kutusaidia. Kama hatujui jinsi au nini cha kuomba, haijalishi. Yeye hufanya maombi yetu ndani na kwa ajili yetu, akituombea kutokana na miguno yetu isiyo na maneno, miguno yetu inayouma."

Warumi 8:34
Toleo Jipya la King James (NKJV)
"Ni nani anayehukumu? Kristo ndiye aliyekufa, na zaidi ya hayo amefufuka, naye yuko mkono wa kuume wa Mungu, naye pia anatuombea."

Ujumbe (MSG)
31-39 Kwa hivyo, unafikiri nini? Mungu akiwa upande wetu hivi, tunawezaje kupoteza? Kama Mungu hakusita kuweka kila kitu kwenye hatari kwa ajili yetu, akikumbatia hali yetu na kujiweka katika hali mbaya zaidi kwa kumtuma Mwanawe mwenyewe, je, kuna kitu kingine ambacho hangefanya kwa furaha na kwa uhuru kwa ajili yetu? Na ni nani angethubutu kuchanganyikiwa na Mungu kwa kucheza na mmoja wa wateule wa Mungu? Ni nani angethubutu hata kunyoosha kidole? Yeye aliyekufa kwa ajili yetu—aliyefufuliwa kwa ajili yetu!— yuko mbele za Mungu wakati huu huu akisimama kwa ajili yetu. Je, unafikiri kuna yeyote ataweza kututenganisha na

upendo wa Kristo kwetu? Hakuna njia! Si shida, si nyakati ngumu, si chuki, si njaa, si ukosefu wa makazi, si vitisho vya uonevu, si kushambuliana, si hata dhambi mbaya zaidi zilizoorodheshwa katika Maandiko:

Wanatuua kwa ukali kwa sababu wanakuchukia.
Tunakaa bata; wanatuua mmoja baada ya mwingine.

Hakuna hata moja kati ya haya linalotushangaza kwa sababu Yesu anatupenda. Nina hakika kabisa kwamba hakuna chochote—hakuna kilicho hai au kilichokufa, cha kimalaika au cha kishetani, leo au kesho, cha juu au cha chini, kinachofikirika au kisichofikirika— *hakuna chochote* kinachoweza kututenganisha na upendo wa Mungu kwa sababu ya jinsi Yesu Bwana wetu alivyotukumbatia.

Saa 6 asubuhi Roho Mtakatifu, nisaidie udhaifu wangu na unifundishe kuomba zaidi ya kikomo cha kibinadamu, uchovu wa kihisia, na udhaifu wa kiakili.

Saa 3 asubuhi, maombezi ya Kristo yaimarishe maombi yangu hadi maombi yangu yapatane na mapenzi ya Mungu.

Saa 12 jioni napokea neema ya kubaki katika maombi hadi shughuli za kimungu zikamilike katika roho.

Saa tisa usiku Kila shutuma za adui dhidi ya maisha yangu ya maombi hufutwa kwa maombezi ya Yesu upande wa kulia wa Mungu.

Saa 12 jioni Bwana, badilisha kuugua kwangu, machozi yangu, na kuugua kwangu kuwa maombezi yenye ufanisi mbele ya kiti chako cha enzi.

Saa tatu usiku nakataa maombi ya kina kifupi; naingia katika vilindi vya mateso ambapo falme huhama na mateka huachiliwa.

Saa 12 asubuhi kila jibu la kupinga lililofungwa lianze kutoa kadri Roho anavyoniombea kupitia mimi.

Saa 3 asubuhi Baba, nifundishe mafumbo ya maombi yanayoshinda hadi nitakapobeba mzigo wa mbinguni kwa lugha ya mbinguni.

Siku ya 5 - Ujasiri Chini ya Shinikizo

Maandiko: Matendo 4:29-30; 2 Wathesalonike 3:1-2

Matendo 4:29–30
Toleo Jipya la King James (NKJV)
"Sasa, Bwana, angalia vitisho vyao, ukawajalie watumwa wako kunena neno lako kwa ujasiri wote,
wakinyosha mkono wako kuponya, na ishara na maajabu vifanyike kwa jina la Mtumishi wako mtakatifu Yesu."

Ujumbe (MSG)
Matendo 4:29–31 (Muktadha wa uwazi)
"Na sasa wanafanya hivyo tena! Jihadhari na vitisho vyao na uwape watumishi wako ujasiri bila woga katika kuhubiri Ujumbe wako,
unapotunyooshea mkono wako katika uponyaji na miujiza na maajabu yaliyofanywa kwa jina la mtumishi wako mtakatifu Yesu."
Walipokuwa wakisali, mahali walipokusanyika pakatetemeka na kutetemeka. Wote wakajazwa Roho Mtakatifu na wakaendelea kunena Neno la Mungu kwa ujasiri usio na hofu.

2 Wathesalonike 3:1–2
Toleo Jipya la King James (NKJV)
"Hatimaye, ndugu, tuombeeni, neno la Bwana liendelee mbele na kutukuzwa kama lilivyo kwenu,
nasi tuokolewe na watu wasio na busara na waovu; maana si wote walio na imani."

Ujumbe (MSG)
2 Wathesalonike 3:1–3 (Muktadha wa uwazi)

"Jambo moja zaidi, marafiki: Tuombeeni. Tuombeeni kwamba Neno la Bwana liendelee na kusambaa kote nchini hadi kwenye uwanja wa majibu, kama vile lilivyofanya miongoni mwenu. Na tuombeni kwamba tuokolewe kutoka kwa hawa wahalifu wanaojaribu kutudhuru. Sio kila mtu ana uwezo wa kufanya hivi."
Lakini Bwana hatatuangusha kamwe. Atakushikilia na kukukinga na uovu."

Saa 6 asubuhi Bwana, tazama vitisho vya adui na uwape watumishi wako ujasiri wa kusema, kuomba, na kutenda bila woga.

Saa tatu asubuhi naamuru kwamba vitisho havitaninyamazisha, na upinzani hautanipunguza.

12pm Nyosha mkono wako kuponya, kukomboa, na kuthibitisha neno lako kwa ishara zinazomtukuza Yesu Kristo.

Saa tisa mchana Neno la Bwana lipite haraka katika makanisa yetu, miji, na mataifa na kuvunja kila kizuizi cha kishetani.

12:00 Waokoe watu wako kutoka kwa watu wasio na busara na waovu wanaopigana dhidi ya ukweli, haki, na haki.

Saa tatu usiku navunja mgongo wa hofu na kuamuru ujasiri, uwazi, na mamlaka ya kitume kujitokeza katika Mwili wa Kristo.

Saa 12 asubuhi Kila shauri la giza dhidi ya maendeleo ya ufalme hutawanywa na pumzi ya Mungu.

Saa 3 asubuhi Baba, geuza upinzani kuwa jukwaa la utukufu wako na ufanye mateso yatumike katika kueneza injili.

Siku ya 6 - Uingiliaji kati wa Malaika na Kuachiliwa kwa Miujiza

Maandiko: Matendo 12:5-9; Luka 10:19

Matendo 12:5–9
Toleo Jipya la King James (NKJV)
Kwa hiyo Petro aliwekwa gerezani, lakini kanisa lilimwombea Mungu kwa bidii kwa ajili yake.
Hata Herode alipotaka kumtoa nje, usiku ule Petro alikuwa amelala, amefungwa minyororo miwili kati ya askari wawili, na walinzi mbele ya mlango walikuwa wakilinda gereza.
Malaika wa Bwana akasimama karibu naye, nuru ikamulika gerezani, akampiga Petro ubavuni, akamwinua, akisema, "Amka upesi!" Minyororo yake ikaanguka kutoka mikononi mwake.
Malaika akamwambia, "Jifunge na ufunge viatu vyako." Akafanya hivyo . Akamwambia, "Vaa vazi lako na unifuate."
Basi, akatoka nje, akamfuata; wala hakujua ya kuwa yaliyotendwa na malaika yalikuwa kweli; bali alidhani kwamba anaona maono.

Ujumbe (MSG)
Matendo 12:5–11 (Muktadha wa uwazi)
Wakati wote ambao Petro alikuwa chini ya ulinzi mkali gerezani, kanisa lilimwombea kwa bidii zaidi.
Kisha wakati ukafika wa Herode kumtoa nje kwa ajili ya kesi ya hadharani. Usiku huo ingawa Petro alikuwa amefungwa pingu na askari wawili, mmoja upande wa pili, na walinzi mlangoni wakiangalia mahali hapo, Petro alilala kama mtoto mchanga.

Ghafla malaika akatokea pembeni mwake na mwanga ukafurika chumbani. Malaika akamtikisa Petro na kumwamsha. "Haraka!" akasema.
Pingu zilianguka kutoka kwenye vifundo vya mikono yake.
Malaika akasema, "Vaa nguo. Vaa viatu vyako."
Petro alifanya hivyo.
"Tupa koti lako juu ya mabega yako unifuate."
Petro alimfuata, lakini hakuamini kwamba ni malaika kweli.
Alidhani alikuwa anaona mambo.

Luka 10:19
Toleo Jipya la King James (NKJV)
"Tazama, nimewapa mamlaka ya kukanyaga nyoka na nge, na nguvu zote za adui, wala hakuna kitu kitakachowadhuru."

Ujumbe (MSG)
Luka 10:18–20 (Muktadha wa uwazi)
Yesu akasema, "Najua. Nilimwona Shetani akianguka, radi ikitoka angani.
Unaona nilichokupa? Njia salama unapotembea juu ya nyoka na nge, na ulinzi dhidi ya kila shambulio la adui. Hakuna kitakachokudhuru.
Hata hivyo, ushindi mkubwa hauko katika mamlaka yako dhidi ya uovu, bali katika mamlaka ya Mungu juu yako na uwepo wako pamoja nawe. Sio unachomfanyia Mungu, bali kile Mungu anachokufanyia—hiyo ndiyo ajenda ya kufurahi."

Saa 6 asubuhi Bwana, maombi ya dhati yalipofanywa kwa ajili ya Petro, minyororo ianguke kutoka kwa kila mfungwa aliyewekwa kwa ajili ya ufalme.

Saa 3 asubuhi natangaza kuachiliwa huru kwa wale waliofungwa kwa hofu, uraibu, uchawi, makosa, na ukandamizaji wa kiroho.

Saa 12 jioni Acha malaika waingilie kati katika hali ambapo msaada wa kibinadamu umeshindwa na giza linafikiri limeshinda.
Saa 3 usiku Kila lango la chuma linalopinga kusonga mbele kwa Mungu, lifunguliwe kwa hiari yenu wenyewe mbele ya nguvu za Mungu.

Saa 6 mchana nitawakanyaga nyoka, nge, na nguvu zote za adui; hakuna kitakachoshinda amri ya Mungu.

Saa tatu usiku Baba, amka hatima za kulala na uwaongoze watu wako kutoka gerezani zisizoonekana hadi uhuru na mgawo.

Saa 12 asubuhi Kila mnyororo uliofungwa mahali pa siri dhidi yangu, familia yangu, na Kanisa, uvunjike sasa kwa jina la Yesu.

Saa 3 asubuhi ushuhuda wa ukombozi wa kimiujiza uongezeke, na Kanisa lijue tena huduma ya msaada wa malaika.

Siku ya 7 - Watu Wanaosubiri, Taa Zinazowaka

Maandiko: Luka 2:25-38; Zaburi 37:7

Luka 2:25–38
Toleo Jipya la King James (NKJV)
Na tazama, kulikuwa na mtu huko Yerusalemu, jina lake Simeoni, naye alikuwa mtu mwema na mcha Mungu, akingojea faraja ya Israeli, na Roho Mtakatifu alikuwa juu yake.
Na Roho Mtakatifu alikuwa amemfunulia kwamba hatakufa kabla ya kumwona Kristo wa Bwana.
Basi akaingia hekaluni kwa Roho. Na wazazi walipomleta mtoto Yesu ndani, ili wamfanyie kama ilivyotakiwa na sheria, alimpokea mikononi mwake, akamtukuza Mungu, akisema: "Bwana, sasa unamruhusu mtumishi wako aende kwa amani, kama ulivyosema; kwa maana macho yangu yameuona wokovu wako, Uliouandaa mbele ya watu wote, nuru ya kuwafunulia Mataifa, na utukufu wa watu wako Israeli."
Yusufu na mama yake wakastaajabia mambo yaliyosemwa kumhusu.
Simeoni akawabariki, akamwambia Mariamu mama yake, Tazama, mtoto huyu amekusudiwa kuanguka na kuinuka kwa wengi katika Israeli, na kuwa ishara itakayonenwa kinyume chake; naam, upanga utaingia rohoni mwako mwenyewe; ili mawazo ya mioyo mingi yafunuliwe.
Palikuwa na nabii mmoja, Ana, binti Fanueli, wa kabila la Asheri. Alikuwa mzee sana, na alikuwa ameishi na mumewe kwa miaka saba tangu uanawali wake; na mwanamke huyu alikuwa mjane wa miaka themanini na minne, ambaye hakuondoka hekaluni, bali alimtumikia Mungu kwa kufunga na kuomba usiku na mchana.

Na mara hiyo hiyo akaja akamshukuru Bwana, na kuwaambia habari zake wote waliokuwa wakitarajia ukombozi Yerusalemu.

Ujumbe (MSG)

Luka 2:25–38 (Ufafanuzi wa muktadha wa mtiririko)

Wakati huo huko Yerusalemu palikuwa na mtu mmoja, jina lake Simeoni, mtu mwema, msali, akingojea msaada kwa ajili ya Israeli; na Roho Mtakatifu alikuwa juu yake.

Roho Mtakatifu alikuwa amemwonyesha kwamba angemwona Masihi wa Mungu kabla ya kufa. Akiongozwa na Roho, aliingia Hekaluni.

Wazazi wa mtoto Yesu walipomleta ndani ili kutekeleza desturi za Sheria, Simeoni alimpokea mikononi mwake na kumtukuza Mungu:

"Mungu, sasa unaweza kumwachilia mtumishi wako; niachilie kwa amani kama ulivyoahidi. Kwa macho yangu mwenyewe nimeona wokovu wako: sasa uko wazi kwa kila mtu kuuona—nuru ya ufunuo wa Mungu kwa mataifa yasiyo ya Wayahudi, na ya utukufu kwa watu wako Israeli."

Baba na mama yake Yesu walishangaa sana kwa maneno haya.

Simeoni aliendelea kuwabariki, na akamwambia Mariamu mama yake:

"Mtoto huyu anaashiria kushindwa na kupona kwa wengi katika Israeli, mtu aliyeeleweka vibaya na kupingwa—maumivu ya kuchomwa na upanga—lakini kukataliwa kutalazimisha uaminifu, kwani Mungu anafunua wao ni akina nani hasa."

Pia alikuwepo nabii mke Ana, binti Fanueli, wa kabila la Asheri, ambaye sasa alikuwa mzee sana, alikuwa ameolewa kwa miaka saba kisha akawa mjane kwa miaka themanini na minne.

Hakutoka Hekaluni, akiabudu usiku na mchana kwa kufunga na kusali.

Simeoni alipokuwa akiomba, alifika, akaimba wimbo wa sifa kwa Mungu, na kuwaambia habari za mtoto huyo kwa wote waliokuwa wakingojea kwa hamu ukombozi wa Yerusalemu.

Zaburi 37:7
Toleo Jipya la King James (NKJV)
Uwe mtulivu katika Bwana, na umngojee kwa saburi;
Usihangaike kwa sababu ya yeye afanikiwaye katika njia yake,
Kwa sababu ya mtu afanyaye mipango mibaya.

Ujumbe (MSG)
Zaburi 37:7–9 (Mtiririko wa muktadha)
Tulia mbele za Mungu,
uwe na maombi mbele zake.
Usijisumbue na wale wanaopanda ngazi,
wanaojikunyata hadi juu.
Zuia hasira yako, punguza hasira yako;
poza mapigo yako—inafanya mambo kuwa mabaya zaidi.
Muda si mrefu majambazi watafilisika;
wawekezaji wa Mungu watamiliki duka hilo hivi karibuni.

Saa 6 asubuhi Baba, nifanye kama Simeoni na Ana, niwe imara katika kungoja, safi katika matarajio, na mwaminifu katika kujitolea.

Saa 9 asubuhi nakataa kutoamini bila utulivu; napokea neema ya kumngojea Bwana bila kuzimia, kulalamika, au kujiondoa.

Saa 12 jioni Kila ahadi juu ya maisha yangu, ya familia yangu, na ya Kanisa lako ihifadhiwe hadi saa ya udhihirisho.

Saa tisa usiku Bwana, wategemeze waombezi ambao wamesubiri kwa muda mrefu; macho yao yatazame faraja uliyoahidi.

Saa kumi na mbili jioni naamuru kwamba kuchelewa hakutoi shaka, na mchakato hautaondoa unabii.

Saa tatu usiku Kila roho ya kujisalimisha mapema, poteza jukumu lako juu ya watakatifu na juu ya kizazi hiki.

Saa 12 asubuhi Baba, wape zawadi wanaotafuta usiku na mchana kwa kukutana kusikopingika, ahadi iliyotimizwa, na uwazi wa kinabii.

Saa 3 asubuhi maombezi ya subira yakomae na kuwa ziara ya wazi, na matumbo ya uzazi yanayosubiri yatoe kusudi la Mungu.

Siku ya 8 - Mpangilio wa Gethsemane

Maandiko: Mathayo 26:36-46; Mathayo 6:10

Mathayo 26:36-46
Toleo Jipya la King James
Sala Katika Bustani
36 Kisha Yesu akaenda pamoja nao mahali paitwapo
Gethsemane, akawaambia wanafunzi wake, "Kaeni hapa,
mimi nikienda kuomba pale." 37 Akamchukua Petro na wana
wawili wa Zebedayo, akaanza kuhuzunika na kusononeka
sana. 38 Kisha akawaambia, "Roho yangu ina huzuni nyingi,
hata kufa. Kaeni hapa mkeshe pamoja nami."
39 Akaenda mbele kidogo, akaanguka kifudifudi, akaomba,
akisema, Baba yangu, ikiwezekana, kikombe hiki kiniepuke;
walakini si kama nitakavyo mimi, bali kama utakavyo wewe .
40 Kisha akawaendea wanafunzi, akawakuta wamelala,
akamwambia Petro, "Je, hamkuweza kukesha pamoja nami
kwa saa moja? 41 Kesheni na muombe, msije mkaingia katika
majaribu. Roho *i* radhi, lakini mwili *ni* dhaifu."
42 Tena, mara ya pili, akaenda zake na kuomba, akisema,
"Baba yangu, ikiwa kikombe hiki hakiwezi kunipita nisipokunywa,
mapenzi yako yatimizwe." 43 Akaja akawakuta wamelala tena,
kwa maana macho yao yalikuwa mazito.
44 Akawaacha, akaenda tena, akaomba mara ya tatu, akisema
maneno yale yale. 45 Kisha akawajia wanafunzi wake,
akawaambia, "Mngali *mmelala* na kupumzika? Tazameni, saa
imekaribia , na Mwana wa Adamu anasalitiwa mikononi mwa wenye
dhambi. 46 Amkeni, twendeni zetu. Tazameni, msaliti wangu
amekaribia."

Mathayo 26:36-46
Ujumbe

36-38 Kisha Yesu akaenda nao kwenye bustani iitwayo
Gethsemane, akawaambia wanafunzi wake, "Kaeni hapa,
mimi nikienda kule kuomba." Akamchukua Petro na wana
wawili wa Zebedayo, akaingia katika huzuni kubwa, akasema,
"Huzuni hii inaniangamiza kabisa. Kaeni hapa, mkeshe
pamoja nami."
39 Akaendelea mbele kidogo, akaanguka kifudifudi, akaomba,
"Baba yangu, kama kuna njia yoyote, nitoe katika hili. Lakini
tafadhali, isiwe kama ninavyotaka. Wewe, unataka nini ?"
40-41 Aliporudi kwa wanafunzi wake, akawakuta wamelala
usingizi mzito. Akamwambia Petro, "Hamwezi kukaa nami
hata saa moja? Kesheni; ombeni ili msije mkaingia majaribuni
bila kujua kwamba mko hatarini. Kuna sehemu yenu ambayo
ina hamu, tayari kwa lolote katika Mungu. Lakini kuna
sehemu nyingine ambayo ni mvivu kama mbwa mzee
anayelala karibu na moto."
42 Kisha akawaacha mara ya pili, akaomba tena , akisema,
"Baba yangu, kama hakuna njia nyingine zaidi ya hii, kunywa
kikombe hiki hata niwe tayari. Fanya kama upendavyo."
43-44 Aliporudi, aliwakuta tena wamelala fofofo. Hawakuweza
kuendelea kufungua macho yao. Wakati huu aliwaacha walale,
na akarudi mara ya tatu kuomba, wakipitia eneo lile lile mara
ya mwisho.
45-46 Aliporudi mara nyingine, alisema, "Mtalala na kuufanya
usiku kucha? Muda wangu umekwisha, Mwana wa Adamu
anakaribia kutiwa mikononi mwa wenye dhambi. Amkeni!
Twendeni! Msaliti wangu yuko hapa."

Mathayo 6:10
Toleo Jipya la King James
10 Ufalme wako uje.
Mapenzi yako yatimizwe, hapa duniani kama *mbinguni* .

Mathayo 6:10-13
Ujumbe

7-13 "Ulimwengu umejaa wanaoitwa mashujaa wa maombi ambao hawajui maombi. Wamejaa fomula na programu na ushauri, mbinu za uchuuzi za kupata unachotaka kutoka kwa Mungu. Usikubali upuuzi huo. Huyu ndiye Baba yako unayeshughulika naye, naye anajua zaidi kuliko wewe unachohitaji. Kwa Mungu kama huyu anayekupenda, unaweza kuomba kwa urahisi sana. Kama hivi:
Baba yetu uliye mbinguni,
onyesha wewe ni nani. Uweke ulimwengu sawa; Fanya yaliyo mema—kama ilivyo hapo juu, ndivyo ilivyo chini. Tuhifadhi hai kwa milo mitatu ya mraba. Tuhifadhi tumesamehewa pamoja nawe na kuwasamehe wengine. Tuhifadhi salama kutokana na nafsi zetu na Ibilisi. Wewe ndiye unayesimamia! Unaweza kufanya chochote unachotaka! Unawaka uzuri! Ndiyo. Ndiyo. Ndiyo.

Saa 6 asubuhi Baba, si mapenzi yetu bali Yako yatimizwe ndani yetu, kupitia sisi, na kupitia Kanisa Lako katika msimu huu wa kimkakati.

Saa 3 asubuhi kila ajenda ya kimwili ifie madhabahuni hadi shauri la Bwana litakaposimama.

Saa 12 jioni napata nguvu ya kuomba kupitia huzuni, shinikizo, na upinzani bila kuacha utii.

Saa tisa mchana Kila kikombe cha mateso kisichotoka Kwako, kiondoke; kila kazi kutoka Kwako, neema itolewe ili kuitimiza.

Saa kumi na mbili jioni Bwana, linganisha matamanio yetu, maamuzi yetu, na matamko yetu na muundo wa mbinguni.

Saa tatu usiku nanyamazisha kila sauti ya mwili inayopinga kujisalimisha, utakatifu, na utii wa gharama kubwa.

Saa 12 asubuhi Kanisa litoke Gethsemane likiwa na wakfu uliowekwa wakfu na azimio lisilozuilika.

Saa tisa asubuhi Baba, nibatize kwa kujisalimisha hadi sala ipatane na kusudi lako la milele.

Siku ya 9 - Musa Katika Pengo

Maandiko: Kutoka 32:11-14; Kutoka 32:30-33

Kutoka 32:11-14
Toleo Jipya la King James
11 Ndipo Musa akamsihi Bwana Mungu wake, akasema, Bwana,
kwa nini hasira yako inawaka juu ya watu wako uliowatoa
katika nchi ya Misri kwa uweza mkuu na kwa mkono wenye
nguvu? 12 Kwa nini Wamisri waseme, wakisema, Aliwatoa ili
awadhuru, ili kuwaua milimani, na kuwaangamiza watoke juu
ya uso wa nchi? Geuka kutoka kwa hasira yako kali, na ughairi
uovu huu uliowapata watu wako. **13 Mkumbuke Ibrahimu, Isaka, na Israeli,**
watumishi wako, ambao uliwaapia kwa nafsi yako, ukawaambia, Nitazidisha uzao wenu kama
nyota za mbinguni; na nchi hii yote niliyoinena nitawapa uzao wenu,
nao watairithi *milele* . 14 Kwa hiyo Bwana akaghairi mabaya
aliyosema kwamba atawatendea watu wake.

Kutoka 32:11-14
Ujumbe
11-13 Musa alijaribu kumtuliza Mungu wake. Alisema, "Kwa
nini, Mungu, uwakasirike watu wako? Kwa nini, uliwatoa
Misri kwa udhihirisho mkubwa wa nguvu na nguvu? Kwa nini
Wamisri waseme, 'Aliwapa—aliwatoa ili awaue milimani,
awaangamize kabisa kutoka usoni pa Dunia.' Acha hasira
yako. Fikiria mara mbili kuhusu kuwaletea watu wako
mabaya! Wakumbuke Ibrahimu, Isaka, na Israeli, watumishi
wako ambao uliwaahidi, ukiwaambia, 'Nitawapa watoto
wengi, kama nyota za angani, nami nitawapa watoto wenu
nchi hii kama nchi yao milele.'"
14 Mungu alifikiria mara mbili, akaamua kutofanya uovu
aliokuwa amewaonya watu wake.

Kutoka 32:30-33

Toleo Jipya la King James
30 Siku iliyofuata, Mose akawaambia watu, "Mmetenda
dhambi kubwa. Sasa nitapanda kwenda kwa BWANA, labda
ninaweza kufanya upatanisho kwa ajili ya dhambi yenu." 31
Kisha Musa akarudi kwa BWANA, akasema, "Watu hawa
wametenda dhambi kubwa, wamejifanyia miungu ya dhahabu!
32 Lakini sasa, kama utawasamehe dhambi yao—lakini kama
sivyo, naomba unifute kutoka katika kitabu chako
ulichokiandika."
33 Bwana akamwambia Musa, Mtu ye yote aliyenitendea
dhambi, nitamfuta katika kitabu changu.

Kutoka 32:30-34
Ujumbe
30 Siku iliyofuata, Mose akawaambia watu, "Mmetenda
dhambi kubwa! Lakini mimi nitapanda juu kwa Mungu, labda
nitaweza kuwasamehe dhambi yenu."
31-32 Musa alirudi kwa Mungu na kusema, "Hili ni baya sana.
Watu hawa wametenda dhambi—ni dhambi kubwa sana!
Wamejifanyia miungu ya dhahabu. Na sasa, laiti utawasamehe
dhambi yao . . . . . Lakini kama sivyo, unifute kutoka katika
kitabu ulichoandika."
33-34 Mungu akamwambia Musa, "Nitawafuta tu kutoka katika
kitabu changu wale wanaonitenda dhambi. Kwa sasa, nenda
ukawaongoze watu hadi pale nilipokuambia. Tazama, Malaika
wangu anakutangulia. Hata hivyo, siku ile nitakapowahesabia,
dhambi zao hakika zitakuwa sehemu ya suluhu."

Saa 6 asubuhi Bwana, nifundishe kuombea kwa msingi wa agano lako, jina lako, na nia yako ya ukombozi.

Saa tatu asubuhi nasimama pengoni kwa ajili ya familia yangu, jiji langu, na Kanisa, nikiomba rehema pale ambapo hukumu inastahili.

Saa 12 jioni Hasira ipunguzwe kwa rehema na toba ifungue mlango wa kurejeshwa katika nchi yetu.

Saa tisa mchana Baba, kumbuka ahadi zako na uache agano lipinge uharibifu katika sehemu zilizowekwa alama ya urejesho wa kimungu.

Saa kumi na mbili jioni Ninajitambulisha na watu walio mbele Yako; Ninakataa kiroho cha ubinafsi na ninapokea mzigo wa ushirika.

3pm Kila shutuma inayosema watu wamepotea sana hawawezi kupona, inyamwe kwa rehema ya Mungu.

Saa 12 asubuhi Bwana, linda ushuhuda wako kati ya mataifa na matendo yako makuu yadhihirishe uaminifu wako tena.

Saa 3 asubuhi katika saa hii waombezi watakaoweza kuomba, kushikilia, na kushinda hadi jamii nzima zitakapookolewa.

Siku ya 10 - Uwepo, Upendeleo, na Utofauti

Maandiko: Kutoka 33:13-16; Waebrania 4:14-16

Kutoka 33:13-16
Toleo Jipya la King James
13 Basi sasa nakuomba, ikiwa nimepata neema mbele zako,
unionyeshe njia zako, nipate kukujua, nami nipate neema
mbele zako; nawe utambue ya kuwa taifa hili *ni* watu wako.
14 Akasema, Uso wangu utakwenda *pamoja nawe,* nami nitakupa
raha.
15 Kisha akamwambia, "Uso wako usipokwenda *pamoja nasi,*
usitutoe hapa. 16 Kwani itajulikanaje kwamba mimi na watu
wako tumepata neema mbele zako, isipokuwa wewe uende
pamoja nasi? Ili tutenganishwe, mimi na watu wako, na watu
wote walio *juu* ya uso wa dunia?"

Kutoka 33:13-16
Ujumbe
12-13 Musa akamwambia Mungu, "Tazama, unaniambia,
'Waongoze watu hawa,' lakini hunijulishi ni nani
utakayemtuma pamoja nami. Unaniambia, 'Ninakujua vizuri
na wewe ni maalum kwangu.' Kama mimi ni maalum kwako,
niruhusu nifanye mipango yako. Kwa njia hiyo, nitaendelea
kuwa maalum kwako. Usisahau, hili ni watu *wako* , jukumu
lako."
14 Mungu alisema, "Uwepo wangu utakwenda nawe. Nitaona
safari hadi mwisho."
15-16 Musa akasema, "Kama uwepo wako hautaongoza hapa,
acha safari hii sasa hivi. Itajulikanaje tena kwamba uko
pamoja nami katika hili, pamoja nami na watu wako? Je,
unasafiri pamoja nasi au la? Tutajuaje tena kwamba sisi ni

maalum, mimi na watu wako, miongoni mwa watu wengine wote katika sayari hii ya Dunia?"

Waebrania 4:14-16
Toleo Jipya la King James

Kuhani Wetu Mkuu Mwenye Huruma

14 Kwa hiyo, kwa kuwa tuna Kuhani Mkuu aliyepita katika mbingu, Yesu Mwana wa Mungu, na tushike ungamo *letu* . 15
Kwa maana hatuna Kuhani Mkuu ambaye hawezi kutuhurumia katika udhaifu wetu, bali alijaribiwa katika *mambo yote* kama *sisi. lakini* bila dhambi. 16 Basi na tukikaribie kiti cha neema kwa ujasiri, ili tupate rehema na kupata neema ya kutusaidia wakati wa mahitaji.

Waebrania 4:14-16
Ujumbe

Kuhani Mkuu Aliyelia kwa Maumivu

14-16 Sasa kwa kuwa tunajua kile tulicho nacho—Yesu, Kuhani Mkuu huyu mkuu mwenye uwezo wa kumfikia Mungu—tusiruhusu kipite kwenye vidole vyetu. Hatuna kuhani ambaye hajui uhalisia wetu. Amepitia udhaifu na majaribu, amepitia yote—yote isipokuwa dhambi. Kwa hivyo tumsogelee moja kwa moja na kupata kile ambacho yuko tayari kutoa. Pokea rehema, kubali msaada.

Saa 6 asubuhi Baba, ikiwa uwepo wako hauendi nasi, tuache tusogee; tuangalie kwa ukaribu wako na si kwa nguvu za kibinadamu.

Saa 3 asubuhi napata rehema na kupata neema ya kusaidia katika saa hii ya uhitaji kwangu, Kanisa, na mataifa.

Saa 12 jioni Acha uwepo wa Mungu utofautishe watu wako na kila mfumo bandia na dini isiyo na nguvu.

Saa 3 usiku Kila mbadala wa uwepo wa Mungu katika huduma na maisha ya kibinafsi, wekwa wazi na kuondolewa.

Saa 6 mchana Bwana, tuonyeshe njia zako ili tuweze kukujua na kutembea kwa neema mbele zako.

Saa tatu usiku natangaza kwamba ushirika na Mungu utakuwa nguvu, uzuri, na ulinzi wa mabaki.

Saa 12 asubuhi Acha mazingira ya nyumba, makanisa, na maeneo yabadilike kwa sababu uwepo wako umetulia hapo.

Saa 3 asubuhi Baba, tufanye wabebaji wa uwepo mtakatifu unaoondoa giza na kuweka tofauti ya haki.

Siku ya 11 - Mlima wa Kanisa: Usafi na Moto

Maandiko: 2 Mambo ya Nyakati 7:13-16; Waefeso 6:10-18

2 Mambo ya Nyakati 7:13-16
Toleo Jipya la King James
[13] Nikifunga mbingu na mvua isiwepo, au nikiwaamuru nzige
kula nchi, au kuwapelekea watu wangu tauni, [14] ikiwa watu
wangu walioitwa kwa jina langu watajinyenyekesha, na
kuomba, na kunitafuta uso, na kugeuka kutoka njia zao
mbaya; basi, nitasikia kutoka mbinguni, na kuwasamehe
dhambi yao, na kuiponya nchi yao. 15 Sasa macho yangu
yatafumbuka, na masikio yangu yatasikiliza maombi
yanayofanywa mahali hapa. 16 Kwa maana sasa nimeichagua na kuitakasa
nyumba hii, ili jina langu liwe huko milele ; na macho yangu na moyo wangu utakuwa
huko milele.

Waefeso 6:10-18
Toleo Jipya la King James
Silaha Zote za Mungu
[10] Hatimaye, ndugu zangu, iweni hodari katika Bwana na
katika uweza wa nguvu zake. [11] Vaeni silaha zote za Mungu,
mpate kuweza kuzipinga hila za Ibilisi. [12] Kwa maana hatupigani
vita dhidi ya mwili na damu, bali dhidi ya falme na mamlaka,
dhidi ya watawala wa giza la ulimwengu huu , dhidi ya *majeshi ya* pepo
wabaya katika ulimwengu wa roho . [13] Kwa hiyo vaeni silaha
zote za Mungu, mpate kuweza kushindana siku ya uovu, na
mkiisha kuyatimiza yote, kusimama.
[14] Basi, simameni, mkiwa mmejifunga kweli viunoni, mmevaa
bamba la kifuani la uadilifu, [15] na kufungia miguu yenu utayari
wa Injili ya amani; [16] zaidi ya yote, mkiitwaa ngao ya imani,
ambayo kwa hiyo mtaweza kuizima mishale yote yenye moto
ya yule mwovu. [17] Na ipokeeni kofia ya chuma ya wokovu, na

upanga wa Roho, ambao ni neno la Mungu; [18] mkisali sikuzote kwa sala zote na dua katika Roho, mkikesha kwa kusudi hili kwa uvumilivu wote na kuwaombea watakatifu wote;

2 Mambo ya Nyakati 7:13-18

Ujumbe

12-18 Mungu alimtokea Sulemani usiku huohuo na kumwambia, "Nimekubali ombi lako; naam, nimechagua mahali hapa pawe hekalu la dhabihu, nyumba ya ibada. Nikizima mvua kutoka mbinguni au kuamuru nzige wale mazao au kuwapelekea watu wangu tauni, na watu wangu, watu wangu walioteuliwa na Mungu, wakaitikia kwa kujinyenyekeza, kuomba, kutafuta uwepo wangu, na kugeuza migongo yao dhidi ya maisha yao maovu, nitakuwa tayari kwa ajili yako: Nitasikiliza kutoka mbinguni, nitawasamehe dhambi zao, na kuirejesha nchi yao katika afya. Kuanzia sasa na kuendelea niko macho mchana na usiku kwa maombi yanayotolewa mahali hapa. Niamini, nimechagua na kuitakasa Hekalu hili ulilolijenga: Jina langu limetiwa alama juu yake milele; macho yangu yako juu yake na moyo wangu humo daima. Nawe, ukiishi mbele zangu kama Daudi baba yako alivyoishi, moyo safi na matendo, ukiishi maisha niliyokuandalia, ukitii kwa makini mwongozo na hukumu zangu, basi nitautegemeza utawala wako wa kifalme juu ya Israeli—ufanye uwe jambo la uhakika juu ya msingi imara. Ninakupa agano lile lile nililompa Daudi baba yako, yaani, 'Unaweza kutegemea mzao katika kiti cha enzi cha Israeli milele.'

Waefeso 6:10-18

Ujumbe

Kupambana hadi Mwisho

10-12 Na hilo linahitimisha. Mungu ni mwenye nguvu, naye anataka uwe imara. Kwa hivyo chukua kila kitu ambacho Bwana amekuandalia, silaha zilizotengenezwa vizuri za vifaa bora. Na uzitumie ili uweze kustahimili kila kitu ambacho Ibilisi anakutumia. Huu si vita vya wikendi ambavyo tutaachana navyo na kusahau baada ya saa chache. Huu ni wa kulinda, vita vya maisha au kifo hadi mwisho dhidi ya Ibilisi na malaika zake wote.

[13-18] Kuwa tayari. Unakabiliana na mambo mengi zaidi ya unavyoweza kushughulikia peke yako. Chukua msaada wote unaoweza kupata, kila silaha ambayo Mungu ametoa, ili yote yatakapokwisha lakini kelele zikiendelea, bado usimame. Ukweli, haki, amani, imani, na wokovu ni zaidi ya maneno. Jifunze jinsi ya kuyatumia. Utayahitaji katika maisha yako yote. Neno la Mungu ni silaha *isiyoweza kuepukika* . Vivyo hivyo, maombi ni muhimu katika vita hivi vinavyoendelea. Omba kwa bidii na kwa muda mrefu. Omba kwa ajili ya ndugu na dada zako. Weka macho yako wazi. Weka roho za kila mmoja wako juu ili mtu yeyote asianguke nyuma au kuangushwa.

Saa 6 asubuhi Bwana, nyenyekeza Kanisa lako, utuite turudi kwenye maombi, na uiponye nchi tunapotubu na kurudi.

Saa tatu asubuhi navaa silaha zote za Mungu na kukataa kupigana vita vya kiroho kwa silaha za kimwili.

Saa 12 jioni Kila uchafu katika ukuhani utakaswe kwa moto mtakatifu na kwa hofu ya Bwana.

Saa 3 usiku Kila lango la kuzimu linaloshindana na mlima wa Kanisa , litapigwa chini kwa mamlaka ya Yesu Kristo.

Saa kumi na mbili jioni Baba, rudisha nidhamu, mafundisho, utakatifu, na nguvu katika nyumba yako.

Saa tatu usiku kila mlinzi aliyelala aamke na kila madhabahu iliyoathirika itakaswe.

Saa 12 asubuhi naamuru kwamba makanisa yatakuwa vituo vya ukombozi, ufuasi, uponyaji, na mabadiliko ya kitaifa.

Saa 3 asubuhi Ee Mungu, acha Kanisa linaloomba, safi, na lenye nguvu liinuke na kusumbua ufalme wa giza.

Siku ya 12 - Kanisa la Mlima: Mamlaka ya Kitume

Maandiko: Matendo 4:29-30; Waefeso 6:19-20

Matendo 4:29-30
Ujumbe
29-30 "Na sasa wanafanya hivyo tena! Jihadhari na vitisho vyao na uwape watumishi wako ujasiri usio na woga katika kuhubiri Ujumbe wako, unapotunyooshea mkono wako katika uponyaji na miujiza na maajabu yaliyofanywa kwa jina la mtumishi wako mtakatifu Yesu."

Waefeso 6:19-20
Ujumbe
19-20 Na msisahau kuniombea. Ombeni kwamba nijue la kusema na niwe na ujasiri wa kusema kwa wakati unaofaa, nikiwaambia wote siri hiyo, Ujumbe ambao mimi, mhubiri wa gerezani, nina jukumu la kuutoa.

Matendo 4:29-30
Toleo Jipya la King James
29 Sasa, Bwana, angalia vitisho vyao, ukawajalie watumwa
wako kunena neno lako kwa ujasiri wote, 30 kwa kunyoosha
mkono wako kuponya, na ishara na maajabu yafanyike kwa
jina la Mtumishi wako mtakatifu Yesu.

Waefeso 6:19-20
Toleo Jipya la King James
19 na kwa ajili yangu mimi, ili nipewe usemi, ili niweze
kufungua kinywa changu kwa ujasiri kuitangaza siri ya Injili, 20
ambayo kwa ajili yake mimi ni balozi aliyefungwa minyororo;
ili katika hiyo niweze kunena kwa ujasiri, kama inipasavyo
kunena.

Saa 6 asubuhi Baba, livike Kanisa lako ujasiri wa kumtangaza Kristo hadharani, kwa usahihi, na bila kuomba msamaha.

Saa 3 asubuhi mitume, manabii, wainjilisti, wachungaji, walimu, na waombezi wapewe neno katika saa hii.

Saa 12 jioni ninavunja roho ya aibu, woga, na maelewano ambayo yanadhoofisha ushuhuda wa ufalme.

Saa tisa usiku Bwana, rudisha mahubiri ya injili kwa ishara, maajabu, kusadiki, na matukio yanayobadilisha.

Saa kumi na mbili jioni Kila vikwazo dhidi ya harakati za kitume, viondolewe kwa mkono wa Bwana.

Saa tatu usiku naamuru kwamba Kanisa halitarudi nyuma chini ya shinikizo bali litasonga mbele kwa hekima na nguvu.

12am Ujasiri mtakatifu uwashukie waumini wachanga, wazee, na viongozi pia.

Saa 3 asubuhi Baba, lile Kanisa linalotunga sheria kwa maombi na kutekeleza shauri lako duniani.

Siku ya 13 - Mlima wa Familia: Kuponya Uvunjaji

Maandiko: Malaki 4:5-6; Kutoka 20:12

Malaki 4:5-6
Toleo Jipya la King James
5 Tazama, nitawapelekea Eliya nabii
kabla ya kuja siku ile kuu na ya kutisha ya Bwana.
6 Naye ataigeuza
mioyo ya baba iwaelekee watoto, na mioyo ya watoto
iwaelekee baba zao, ili nisije nikaipiga dunia kwa laana.

Kutoka 20:12
Toleo Jipya la King James
12 "Waheshimu baba yako na mama yako, ili siku zako zipate
kuwa ndefu katika nchi ambayo Bwana Mungu wako
anakupa.

Malaki 4:5-6
Ujumbe
5-6 "Lakini pia tazama mbele: Ninamtuma Eliya nabii kusafisha
njia kwa ajili ya Siku Kuu ya Mungu—Siku ya Hukumu ya
uamuzi! Atawashawishi wazazi kuwatunza watoto wao na
watoto kuwaheshimu wazazi wao. Wakikataa, nitakuja na
kuilaani nchi."

Kutoka 20:12
Ujumbe
12 Waheshimu baba yako na mama yako ili uishi maisha
marefu katika nchi ambayo Mwenyezi-Mungu, Mungu wako,
anakupa.

Saa kumi na mbili asubuhi Baba, geuza mioyo ya baba iwe ya watoto na watoto iwe ya baba, na uponye majeraha ya kurithi katika familia.

Saa 3 asubuhi ninavunja mifumo ya uchungu, kuachwa, unyanyasaji, na kutoelewana kwa muda mrefu katika kaya.

Saa 12 jioni Damu ya Yesu iseme amani juu ya ndoa, ndugu, wazazi, na watoto.

Saa 3 usiku Kila madhabahu ya kizazi inayofadhili uasi, kuchelewa, utasa, na kuchanganyikiwa, yanawaka moto sasa.

Saa 12 jioni Bwana, rudisha heshima, upole, nidhamu, ukweli, na utiifu wa pande zote katika nyumba za Wakristo.

Saa tatu usiku naamuru kwamba familia zitakuwa maeneo ya mafunzo ya haki na vipandikizi vya hatima.

Saa 12 asubuhi Wapotevu warudi, wapone washiriki waliojeruhiwa, na upatanisho ushinde kuliko utengano.

Saa 3 asubuhi Baba, linda mlima wa familia kwa ajili ya utukufu wako na uangamize kila njama dhidi ya nyumba za agano.

Siku ya 14 - Mlima wa Familia: Watoto na Mbegu za Agano

Maandiko: Isaya 54:13; Zaburi 127:3-5; Waefeso 6:1

Isaya 54:13
Toleo Jipya la King James
13 Watoto wako wote *watafundishwa* na Bwana,
na amani ya watoto wako *itakuwa nyingi.*

Zaburi 127:3-5
Toleo Jipya la King James
3 Tazama, watoto *ni* urithi kutoka kwa Bwana,
uzao wa tumbo *ni* thawabu.
4 Kama *mishale* mkononi mwa shujaa,
ndivyo *walivyo* watoto wa ujana wake.
5 Heri mtu aliye na podo lake limejaa hao;
Hawataaibika, Bali watazungumza na adui zao langoni.

Waefeso 6:1
Toleo Jipya la King James
Watoto na Wazazi
6 Enyi watoto, watiini wazazi wenu katika Bwana, kwa maana hii ni haki.

Isaya 54:13-17
Ujumbe
11-17 "Mji ulioteswa, uliopigwa na dhoruba, usio na huruma: Nitakujenga upya kwa mawe ya zumaridi, nitaweka misingi yako kwa yakuti samawi, nitajenga minara yako kwa marijani, malango yako kwa vito vya thamani, na kuta zako zote kwa mawe ya thamani. Watoto wako wote watakuwa na Mungu kama mwalimu wao—
mshauri wa watoto wako!

Utajengwa imara, umejengwa katika haki, mbali na shida yoyote—hakuna cha kuogopa! mbali na hofu—hata haitakaribia! Mtu yeyote akikushambulia, usidhani hata kidogo kwamba nimemtuma, Na yeyote akikushambulia, hakuna kitakachotokea. Mimi namuumba mfua chuma anayechoma moto chuma chake na kutengeneza silaha iliyokusudiwa kuua. Pia namuumba mwangamizi—lakini hakuna silaha inayoweza kukudhuru ambayo imewahi kutengenezwa. Mshtaki yeyote anayekupeleka mahakamani atafukuzwa kama mwongo. Hivi ndivyo watumishi wa Mungu wanavyoweza kutarajia. Nitahakikisha kwamba kila kitu kinaenda vizuri zaidi." Amri ya Mungu.

Zaburi 127:3-5
Ujumbe
3-5 Je, huoni kwamba watoto ni zawadi bora kutoka kwa Mungu?
Tunda la tumbo ni urithi wake wa ukarimu? Kama vile mishale ya shujaa iliyojaa ngumi, ndivyo walivyo watoto wa kijana mwenye nguvu. Ee, mmebarikiwa sana ninyi wazazi, mkiwa na mapodo yenu yaliyojaa watoto! Adui zenu hawana nafasi dhidi yenu; mtawafukuza moja kwa moja kutoka mlangoni mwenu.

Waefeso 6:1-3
Ujumbe
6 1-3 Watoto, fanyeni yale ambayo wazazi wenu wanawaambia. Hili ni sawa tu. "Waheshimu baba yako na mama yako" ndiyo amri ya kwanza yenye ahadi iliyoambatanishwa nayo, yaani, "ili uishi vyema na uwe na maisha marefu."

Saa 6 asubuhi Bwana, wafundishe watoto wetu kwa Roho wako na uimarishe amani kubwa maishani mwao.

Saa 3 asubuhi ninawapa watoto, vijana, na vijana ulinzi wa kimungu dhidi ya ufisadi, vurugu, na ulaghai.

Saa 12 jioni Kila dai la kishetani kuhusu mbegu za agano, litafutwa kwa damu ya Yesu.

Saa 9 mchana watoto wainuke kama mishale mkononi mwa Mwenye Nguvu, iliyolengwa kwa usahihi kwa madhumuni ya ufalme.

Saa kumi na mbili jioni Baba, vunja uraibu, mkanganyiko wa utambulisho, udadisi wa kishirikina, na utumwa wa rika kutoka kizazi hiki.

Saa tatu usiku naamuru kwamba wana na binti zetu wabebe hekima, usafi, ujasiri, na uwazi wa kinabii.

12am Shule, nyumba, na makanisa yawe mahali ambapo maisha ya vijana yanakutana na Mungu kwa undani.

Saa 3 asubuhi Ee Bwana, kilinde kizazi kijacho kutokana na uharibifu na ukibadilishe kuwa ishara na maajabu kwa ajili ya ufalme wako.

Siku ya 15 - Mlima wa Serikali: Utawala wa Haki

Maandiko: Isaya 9:6-7; 1 Timotheo 2:1-2

Isaya 9:6-7
Toleo Jipya la King James
6 Kwa maana kwa ajili yetu mtoto amezaliwa,
Tumepewa mtoto mwanamume; Na ufalme utakuwa begani
mwake; Naye ataitwa jina lake, Mshauri wa ajabu, Mungu
mwenye nguvu, Baba wa milele, Mfalme wa amani.
7 Kwa ajili ya kuongezeka kwa utawala *wake* na amani,
Hakutakuwa na mwisho,
Juu ya kiti cha enzi cha Daudi na juu ya ufalme wake,
Kuuthibitisha na kuuthibitisha kwa hukumu na haki, Tangu
wakati huo na hata milele. Wivu wa Bwana wa majeshi
utatimiza haya.

1 Timotheo 2:1-2
Toleo Jipya la King James
Omba kwa ajili ya Wanaume Wote
2 Kwa hiyo, kwanza kabisa, nawasihi kwamba dua, sala,
maombezi, na shukrani *zifanyike* kwa ajili ya watu wote, 2 **kwa** ajili ya
wafalme na wote walio katika mamlaka, ili tuishi maisha ya
utulivu na amani katika utauwa wote na [c] heshima.

Isaya 9:6-7
Ujumbe
2-7 Watu waliotembea gizani
wameona mwanga mkubwa. Kwa wale walioishi katika nchi
yenye vivuli vizito—mwanga! miale ya jua!
Ulijaza taifa,
uliongeza furaha yake. Loo, wanafurahi sana mbele yako!
Furaha ya sherehe! Furaha ya sherehe kubwa, kushiriki zawadi

nyingi na salamu za joto. Unyanyasaji wa wakandamizaji na ukatili wa watawala wa kidikteta—mijeledi yao yote na marungu na laana—Umetoweka, umeondolewa, ukombozi wa kushangaza na wa ghafla kama ushindi wa Gideoni wa zamani dhidi ya Midiani. Buti za wanajeshi wote wanaovamia, pamoja na mashati yao yaliyolowa damu isiyo na hatia, Zitarundikwa kwenye rundo na kuchomwa, moto utakaowaka kwa siku nyingi! Kwa maana mtoto amezaliwa—kwa ajili yetu! zawadi ya mwana—kwa ajili yetu! Atachukua usimamizi wa ulimwengu. Majina yake yatakuwa: Mshauri wa Ajabu, Mungu Mwenye Nguvu, Baba wa Milele, Mkuu wa Ukamilifu. Mamlaka yake ya kutawala yataongezeka, na hakutakuwa na mipaka kwa ukamilifu anaouleta. Atatawala kutoka kiti cha enzi cha kihistoria cha Daudi juu ya ufalme huo ulioahidiwa. Atauweka ufalme huo kwenye msingi imara na kuuendeleza. Kwa kutenda kwa haki na kuishi kwa haki, kuanzia sasa na kudumu milele. Bidii ya Mungu wa Majeshi ya Malaika itafanya haya yote.

1 Timotheo 2:1-3
Ujumbe

Imani Rahisi na Ukweli Wazi

2 [1-3] Jambo la kwanza ninalotaka ufanye ni kuomba. Omba kila uwezalo, kwa ajili ya kila mtu unayemjua. Omba hasa watawala na serikali zao zitawale vizuri ili tuweze kuishi maisha yetu kwa utulivu, kwa kutafakari kwa unyenyekevu. Hivi ndivyo Mwokozi wetu Mungu anavyotaka tuishi.

Saa 6 asubuhi Baba, acha ongezeko la serikali ya haki na amani liimarishwe katika mataifa yetu chini ya utawala wa Kristo.

Saa 3 asubuhi Tunawainua wafalme, marais, magavana, wabunge, majaji, na viongozi wa kiraia mbele zako kwa ajili ya hekima na kujizuia.

Saa 12 jioni Kila ajenda ya ufisadi, umwagaji damu, ukandamizaji, na tamaa ya kutofuata sheria, ifunuliwe na kupinduliwa.

Saa 3 usiku Washauri wa uadilifu na wanaume na wanawake wanaomcha Mungu wasimame katika viti vya kimkakati vya ushawishi.

Saa kumi na mbili jioni naamuru kwamba sheria mbovu haitasimama, na hukumu ya haki itathibitishwa bado.

Saa tatu usiku Baba, ondoa viti visivyoonekana vya uchawi, rushwa, na udanganyifu nyuma ya uongozi wa umma.

12am Acha mifumo ya kiserikali ikatizwe na hofu ya Mungu na ielekezwe kwenye haki.

Saa 3 asubuhi Ee Bwana, linda nchi yetu dhidi ya watawala wenye jeuri na viongozi wa viti vya enzi watakaolinda uhai, ukweli, na uhuru.

Siku ya 16 - Mlima wa Serikali: Haki na Ukombozi

Maandiko: Zaburi 72:14 Zaburi 82:1-8

Zaburi 72:14
Toleo Jipya la King James
14 Atawakomboa nafsi zao na udhalimu na udhalimu,
Na damu yao itakuwa ya thamani machoni pake.

Zaburi 82
Toleo Jipya la King James
Ombi la Haki
Zaburi ya Asafu.
82 Mungu anasimama katika kusanyiko la wenye nguvu ;
Anahukumu kati ya miungu
. 2 Mtahukumu kwa dhuluma hata lini,
Na kuwapendelea waovu? *Selah*
3
[c] Wateteeni maskini na yatima;
Watendeeni haki walioonewa na wahitaji.
4 Waokoeni maskini na wahitaji;
Waokoeni *kutoka mkononi* mwa waovu.
5 Hawajui, wala hawaelewi;
hutembea gizani; Misingi yote ya dunia ni imara .
6 Nikasema, "Wewe *ni* [c] miungu,
Nanyi nyote *ni* wana wa Aliye Juu Zaidi.
7 Lakini mtakufa kama wanadamu,
Na kuanguka kama mmoja wa wakuu.
8 Ee Mungu, inuka, uihukumu dunia;
Maana Wewe utawarithi mataifa yote.

Zaburi 72:14
Ujumbe
9-14 Maadui watapiga magoti mbele za Mungu,
adui zake wataramba mavumbi. Wafalme wa mbali na wa
hadithi wataabudu, wafalme matajiri na wenye fahari
watageuza utajiri wao. Wafalme wote wataanguka na
kuabudu, na mataifa yasiyomcha Mungu yatajiunga
kumtumikia, Kwa sababu huwaokoa maskini mara ya kwanza
wanapokuwa na uhitaji, maskini walioishiwa na bahati.
Hufungua nafasi moyoni mwake kwa ajili ya waliokata tamaa,
huwarejesha maskini wa dunia. Huwaokoa kutoka kwa
udhalimu na mateso—wanapovuja damu, yeye huvuja damu;
wanapokufa, yeye hufa.

Zaburi 82
Ujumbe
82 Mungu anawaita majaji katika chumba chake cha
mahakama,
anawaweka majaji wote kizimbani.
2-4 "Inatosha! Mmeharibu haki kwa muda mrefu,
mmewaacha waovu waadhibiwe kwa mauaji. Uko hapa
kuwatetea wasio na ulinzi, kuhakikisha kwamba watu wasio
na ulinzi wanapata haki; Kazi yako ni kuwatetea wasio na
nguvu, na kuwashtaki wote wanaowanyonya."
5 wajinga! Majaji wa ajabu!
Hawajui kinachoendelea. Na sasa kila kitu kinaharibika,
ulimwengu unakuja bila kushikamana.
6-7 "Niliwaweka ninyi majaji, kila mmoja wenu,
manaibu wa Mungu Aliye Juu, lakini mmesaliti kazi yenu na
sasa mmevuliwa cheo chenu, mmevuliwa."
8 Ee Mungu, wape kile walicho nacho!
Una ulimwengu wote mikononi mwako!

Saa 6 asubuhi Bwana, waache waovu waanguke kwenye shimo walilochimba na waache mifumo ya uwindaji ianguke chini ya hila zao wenyewe.

3 asubuhi Komboa roho za maskini, walio dhaifu, na wasio na sauti kutokana na udanganyifu na vurugu.

Saa 12 jioni Kila kifaa cha udhalimu kinachojilisha damu isiyo na hatia, kitahukumiwa na Mungu mwenye haki.

Saa tisa alasiri Waache wafanyabiashara haramu, wapangaji njama wa vurugu, na wakandamizaji wa taasisi wapoteze mitandao yao, ufadhili, na ulinzi.

Saa kumi na mbili jioni naamuru kwamba damu ya wasio na hatia haitakuwa nafuu tena katika nchi yetu.

Saa tatu usiku Baba, wainue majaji, wachunguzi, watetezi, na warekebishaji waadilifu ambao hawatakubali shinikizo.

Saa 12 asubuhi Acha ushahidi uliofichwa utokee na ukweli uvunje kila uongo uliobuniwa.

3am Ee Mungu wa haki, inuka kwa ajili ya walioteseka na uonyeshe nguvu zako katika mahakama na mabaraza ya mataifa.

Siku ya 17 - Elimu Mlima: Ukweli na Utambuzi

Maandiko: Danieli 1:9-21: Yakobo 1:5

Danieli 1:9-21
Toleo Jipya la King James
9 Basi Mungu alikuwa amemjalia Danieli kibali na ukarimu kutoka
kwa mkuu wa matowashi. 10 Mkuu wa matowashi akamwambia
Danieli, "Ninamwogopa bwana wangu mfalme, aliyeagiza
chakula na kinywaji chenu. Kwa nini awaone nyuso zenu
zikiwa mbaya kuliko za vijana wa *rika* lenu? Mngehatarisha
kichwa changu mbele ya mfalme."
11 Ndipo Danieli akamwambia msimamizi ambaye mkuu wa
matowashi alikuwa amemweka juu ya Danieli, Hanania, Mishaeli,
na Azaria, 12 "Tafadhali jaribu watumishi wako kwa siku kumi,
nao watupe mboga tule na maji tunywe. 13 Kisha sura zetu
zichunguzwe mbele yako, na sura za vijana wanaokula
chakula cha mfalme; na utendee watumishi wako kadiri
utakavyoona inafaa." *14* Basi akakubali jambo hili, akawajaribu
kwa siku kumi.
15 Na mwisho wa siku kumi nyuso zao zilionekana nzuri zaidi na nene kuliko
vijana wote waliokula chakula cha mfalme. 16 Basi msimamizi akaondoa
sehemu yao ya chakula chao na divai waliyokuwa wanywe,
akawapa mboga.
17 Basi, kuhusu vijana hawa wanne, Mungu aliwapa maarifa na
ujuzi katika fasihi na hekima; Danieli naye alikuwa na
ufahamu katika maono yote na ndoto.
18 Hata mwisho wa siku zile, mfalme aliposema waletwe,
mkuu wa matowashi akawaleta mbele ya Nebukadreza. 19
Ndipo mfalme akawauliza maswali ; na miongoni mwao wote
hakuonekana kama Danieli, na Hanania, na Mishaeli , na
Azaria; kwa hiyo wakahudumu mbele ya mfalme. 20 Na katika
mambo yote ya hekima *na* ufahamu aliyowauliza mfalme,

akawaona kuwa bora mara kumi kuliko waganga *na* wanajimu
wote *waliokuwa* katika ufalme wake wote. [21] Basi Danieli
akaendelea hivyo hata mwaka wa kwanza wa Mfalme Koreshi.

Yakobo 1:5
Toleo Jipya la King James
[5] Lakini yeyote kati yenu akipungukiwa na hekima, na amwombe Mungu, ambaye huwapa wote kwa ukarimu na bila lawama, naye atapewa.

Danieli 1:9-21
Ujumbe
[8-10] Lakini Danieli aliamua kwamba hatajitia unajisi kwa kula chakula cha mfalme au kunywa divai yake, kwa hiyo akamwomba mkuu wa watumishi wa ikulu amsamehe chakula cha kifalme. Mkuu wa watumishi wa ikulu, kwa neema ya Mungu, alimpenda Danieli, lakini akamwonya, "Ninaogopa bwana wangu mfalme atafanya nini. Yeye ndiye aliyekupa chakula hiki na akiona kwamba wewe si mzima kama wengine, atakuua kichwani mwangu!"
[11-13] Lakini Danieli akamwomba msimamizi aliyeteuliwa na mkuu wa watumishi wa ikulu kuwasimamia Danieli, Hanania, Mishaeli , na Azaria, akisema, "Tujaribu kwa muda wa siku kumi kwa mboga na maji, kisha utulinganishe na vijana wanaokula chakula cha mfalme. Fanya uamuzi wako kulingana na kile unachokiona."
[14-16] Msimamizi alikubali kufanya hivyo na akawalisha mboga na maji kwa siku kumi. Mwishoni mwa siku kumi walionekana wazuri na wenye nguvu zaidi kuliko wengine wote waliokuwa wakila kutoka kwenye menyu ya mfalme. Kwa hiyo msimamizi aliendelea kuwaachilia kutoka kwenye menyu ya kifalme ya vyakula na vinywaji na akawapa mboga mboga pekee.
[17-19] Mungu aliwapa vijana hawa wanne maarifa na ujuzi katika vitabu na maisha. Zaidi ya hayo, Danieli alikuwa na kipaji cha kuelewa maono na ndoto za kila aina. Mwishoni mwa muda uliowekwa na mfalme kwa ajili ya mafunzo yao, mkuu wa

wafanyakazi wa kifalme aliwaleta kwa Nebukadreza. Mfalme alipowahoji, aliwaona kuwa bora zaidi kuliko vijana wengine wote. Hakuna aliyeweza kuwashinda Danieli, Hanania, Mishaeli , na Azaria.
19-20 Na hivyo wakachukua nafasi zao katika utumishi wa mfalme. Kila mara mfalme alipowauliza kuhusu jambo lolote, kuhusu vitabu au kuhusu maisha, aliwaona kuwa bora mara kumi kuliko wachawi na wachawi wote katika ufalme wake wakiwa wamekusanyika pamoja.
21 Danieli aliendelea kumtumikia mfalme hadi mwaka wa kwanza wa utawala wa Mfalme Koreshi.

Yakobo 1:5-8
Ujumbe
5-8 Kama hujui unachofanya, mwombe Baba. Yeye anapenda kukusaidia. Utapata msaada wake, na hutadharauliwa unapoomba. Omba kwa ujasiri, kwa imani, bila kufikiria mara ya pili. Watu "wanaojali maombi yao" ni kama mawimbi yanayopeperushwa na upepo. Usifikiri utapata chochote kutoka kwa Bwana kwa njia hiyo, ukielea baharini, ukiweka chaguzi zako zote wazi.

Saa kumi na mbili asubuhi Baba, acha hofu ya Bwana iwe msingi wa kujifunza katika shule, vyuo vikuu, na vituo vya mafunzo.

Saa 3 asubuhi nakataa mifumo ya mafundisho yanayopinga ukweli, utambulisho, maadili, na ujuzi wa Mungu.

Saa 12 jioni Walee Daniels na Esther kwa hekima, ubora, na imani isiyoyumba katika nyanja za kitaaluma.

Saa 3 usiku Kila mtaala uliopandwa ili kurekebisha giza na mkanganyiko, ukabiliane na ukweli na upinzani wa haki.

Saa 6 mchana Bwana, wapake mafuta walimu, wahadhiri, watafiti, na wasimamizi watakaosimamia ushawishi kwa uadilifu.

Saa tatu usiku natangaza uamsho wa kujifunza vizuri, kufikiri kwa nidhamu, na utambuzi wa kiroho miongoni mwa wanafunzi.

Saa 12 asubuhi vyuo vikuu na viwe vituo vya kuamka, toba, na upya wa kiakili chini ya Kristo.

Saa 3 asubuhi Baba, teka mlima wa elimu na uugeuze kutoka udanganyifu hadi uundaji katika ukweli.

Siku ya 18 - Elimu ya Mlima: Akili ya Agano

Maandiko: Isaya 54:13; Kumbukumbu la Torati 6:7;

Isaya 54:13
Toleo Jipya la King James
[13] Watoto wako wote *watafundishwa* na Bwana,
na amani ya watoto wako *itakuwa nyingi.*

Kumbukumbu la Torati 6:7
Toleo Jipya la King James
[7] Utawafundisha watoto wako kwa bidii, na kuyazungumza uketipo nyumbani mwako, na utembeapo njiani, na ulalapo, na uondokapo.

Isaya 54:13-17
Ujumbe
[11-17] "Mji ulioteswa, uliopigwa na dhoruba, usio na huruma: Nitakujenga upya kwa mawe ya zumaridi, nitaweka misingi yako kwa yakuti samawi, nitajenga minara yako kwa marijani, malango yako kwa vito vya thamani, na kuta zako zote kwa mawe ya thamani. Watoto wako wote watakuwa na Mungu kama mwalimu wao—mshauri wa watoto wako! Utajengwa imara, umejengwa katika haki, mbali na shida yoyote—hakuna cha kuogopa! mbali na hofu—hata haitakaribia! Mtu yeyote akikushambulia, usifikirie hata kidogo kwamba nimemtuma, Na yeyote akikushambulia, hakuna kitakachotokea.
Mimi namuumba mfua chuma
anayechoma moto chuma chake na kutengeneza silaha iliyokusudiwa kuua. Pia namuumba mwangamizi—lakini hakuna silaha inayoweza kukudhuru ambayo imewahi kutengenezwa. Mshtaki yeyote anayekupeleka mahakamani

atafukuzwa kama mwongo. Hivi ndivyo watumishi wa Mungu wanavyoweza kutarajia. Nitahakikisha kwamba kila kitu kinaenda vizuri." Amri ya Mungu.

Kumbukumbu la Torati 6:7-9
Ujumbe
6-9 Andika amri hizi nilizokupa leo mioyoni mwako. Ziweke ndani yako kisha uziweke ndani ya watoto wako. Zizungumzie popote ulipo, ukiwa umekaa nyumbani au unatembea barabarani; zizungumzie tangu unapoamka asubuhi hadi unapolala usiku. Zifunge mikononi mwako na paji la uso kama ukumbusho; ziandike kwenye miimo ya milango ya nyumba zako na kwenye malango ya jiji lako.

Saa 6 asubuhi Bwana, acha nuru yako iwaangazie wanafunzi na wenye fikra hadi ubora uwe ushuhuda wa hekima ya Mungu.

Saa tatu asubuhi naomba hekima isiyo na lawama kwa kila muumini aliye katika taaluma, sera, na utafiti.

Saa 12 jioni Kila pazia linalofunika akili, liondolewe; kila kifungo cha kiakili kinachopinga ukweli, kivunjwe.

Saa 3 usiku Acha uvumbuzi, ugunduzi, na ufahamu utiririke kwa watakatifu kwa ajili ya mabadiliko ya kijamii na ushuhuda wa ufalme.

Saa kumi na mbili jioni Baba, wape watoto wetu na viongozi wetu uelewa wa hali ya juu pamoja na unyenyekevu na usafi.

Saa tatu usiku natangaza kwamba mkanganyiko, udogo, na kudumaa kwa elimu havitaamua kizazi hiki.

12am Maktaba, maabara, na kumbi za mihadhara ziwe uwanja wa kukutana na Mungu na ushawishi wa haki.

Saa 3 asubuhi Ee Mungu, toa akili ya agano itakayojibu matatizo yanayokusumbua na kumtukuza Kristo katika mataifa.

Siku ya 19 - Media Mountain: Kusafisha Mawimbi ya Hewa

Maandiko: Wafilipi 4:8; Mathayo 12:36-37

Wafilipi 4:8
Toleo Jipya la King James
Tafakari Mambo Haya
[8] Hatimaye, ndugu zangu, mambo yoyote yaliyo ya kweli, mambo yoyote *yaliyo* ya heshima, mambo yoyote *yaliyo ya* haki, mambo yoyote *yaliyo* safi, mambo yoyote *ya* kupendeza, mambo yoyote *yenye* sifa njema, ikiwa *kuna* wema wowote na ikiwa *kuna* kitu chochote kinachostahili sifa nzuri—tafakarini mambo haya.

Mathayo 12:36-37
Toleo Jipya la King James
[36] Lakini nawaambia, kwa kila neno lisilo na maana ambalo wanadamu watasema, watatoa hesabu yalo siku ya hukumu. [37]
Kwa maana kwa maneno yako utahesabiwa haki, na kwa maneno yako utahukumiwa.

Wafilipi 4:8-9
Ujumbe
[8-9] Kwa muhtasari wa yote, marafiki, ningesema mtafanya vyema kwa kujaza akili zenu na kutafakari mambo ya kweli, ya heshima, yenye sifa nzuri, ya kweli, yenye kushawishi, yenye neema—bora zaidi, si mabaya zaidi; mazuri, si mabaya; mambo ya sifa, si ya kulaani. Tekelezeni yale mliyojifunza kutoka kwangu, yale mliyosikia na kuona na kutambua. Fanyeni hivyo, na Mungu, anayefanya kila kitu kifanye kazi pamoja, atawafanyia kazi katika upatanisho wake bora zaidi.

Mathayo 12:36-37
Ujumbe
34-37 "Mna akili kama shimo la nyoka! Unadhani unachosema kina thamani gani wakati mna mawazo machafu hivyo? Ni moyo wako, si kamusi, unaotoa maana kwa maneno yako. Mtu mwema hutoa matendo mema na maneno msimu baada ya msimu. Mtu mwovu ni doa kwenye bustani ya matunda. Acha nikuambie kitu: Kila moja ya maneno haya yasiyojali yatarudi kukusumbua. Kutakuwa na wakati wa Kuhesabu. Maneno yana nguvu; yachukulie kwa uzito. Maneno yanaweza kuwa wokovu wako. Maneno yanaweza pia kuwa laana yako."

Saa kumi na mbili asubuhi Baba, takasa mawimbi ya hewa, majukwaa, na njia za mawasiliano zilizochafuliwa na uwongo, ulaghai, na vurugu.

Saa 3 asubuhi ninazuia masimulizi ya kishetani ambayo yanarekebisha uovu na kuwafanya watu wasiwe na hisia za kutenda dhambi.

Saa 12 jioni Kila ajenda ya vyombo vya habari vilivyojengwa kinyume na ukweli na haki itawanyike.

Saa 9 mchana Wainue waandishi wa habari, watangazaji, waandishi, wahariri, na wabunifu wanaomcha Mungu na kuheshimu ukweli.

Saa kumi na mbili jioni naamuru kwamba ushahidi wa uongo, ripoti zilizodanganywa, na propaganda zitafichuliwa na kufutwa.

Saa tatu usiku Bwana, wape watu wako hekima ya kutambua kile wanachokula, wanachoshiriki, wanachokuza, na kusherehekea.

Saa 12 asubuhi, mlima wa vyombo vya habari na uwe njia ya ukweli, uzuri, ujasiri, na ushuhuda wa ukombozi.

Saa 3 asubuhi Ee Mungu, nyamazisha ulimi wa uongo na uimarishe sauti zitakazoponya, kuangazia, na kuamsha mataifa.

Siku ya 20 - Media Mountain: Ujumbe wa Ufalme

Maandiko: Zaburi 68:11; 2 Wathesalonike 3:1

Zaburi 68:11
Toleo Jipya la King James
11 Bwana alitoa neno
; kundi kubwa la wale waliolitangaza *lilikuwa* :

2 Wathesalonike 3:1
Toleo Jipya la King James
Tuombee
3 Hatimaye, ndugu, tuombeeni, ili neno la Bwana liendelee *na* kutukuzwa kama *lilivyo* kwenu;

Zaburi 68:11-14
Ujumbe
11-14 Bwana alitoa neno;
maelfu walitangaza habari njema: "Wafalme wa majeshi wanakimbia, wanakimbia!" Wakati akina mama wa nyumbani, wakiwa salama na wazima nyumbani, wakigawanya nyara, nyara za fedha na dhahabu za Wakanaani. Siku hiyo ambayo Shaddai aliwatawanya wafalme, theluji ilinyesha kwenye Mlima Mweusi.

2 Wathesalonike 3:1-3
Ujumbe
Wale Ambao ni Wavivu
3 1-3 Jambo moja zaidi, marafiki: Tuombeeni. Tuombeeni kwamba Neno la Bwana liendelee na kusambaa kote nchini hadi kwenye uwanja wa majibu, kama vile lilivyofanya miongoni mwenu. Na tuombeni kwamba tuokolewe kutoka kwa wasumbufu hawa wanaojaribu kutudhuru. Ninaona

kwamba si "waumini" wote ni waumini. Lakini Bwana hatukatai kamwe. Atashikamana nanyi na kuwalinda kutokana na uovu.

Saa 6 asubuhi Bwana, toa neno la Bwana kwa nguvu na uwape watu wako lugha ya ushindi.

Saa 3 asubuhi wajumbe wa ukweli waimarishwe ili kutangaza haki katika kila jukwaa linalopatikana.

Saa 12 jioni naamuru kwamba injili itapita haraka kupitia njia za kidijitali, za kuchapishwa, za kuona, na za maneno.

Saa 3 usiku Kila upinzani wa algoriti dhidi ya ukweli na kila upendeleo uliofichwa dhidi ya haki, utapinduliwa na Mungu.

Saa kumi na mbili jioni Baba, tupe mawasiliano ya kimkakati ambayo huchoma udanganyifu na kufikia mioyo kwa usahihi.

Saa tatu usiku Acha ushuhuda, mafundisho, ushuhuda wa kinabii, na uwazi wa kibiblia vipate mguso usio wa kawaida katika msimu huu.

Saa 12 asubuhi nawaita wazungumzaji wabunifu, wenye nidhamu, na wasio na woga ambao hawatakubali roho ya wakati huu.

Saa 3 asubuhi Ee Bwana, miliki mlima wa vyombo vya habari na uufanye uhudumie uamsho, haki, na maendeleo ya ufalme wa Kristo.

Siku ya 21 - Mlima wa Biashara: Utajiri wenye Madhumuni

Maandiko: Kumbukumbu la Torati 8:18; Kumbukumbu la Torati 32:13

Kumbukumbu la Torati 8:18
Toleo Jipya la King James
18 "Nawe utamkumbuka Bwana, Mungu wako, maana [ndiye]
anayekupa nguvu za kupata utajiri, ili apate [kuthibitisha agano] lake
alilowaapia baba zako, kama *ilivyo* leo.

Kumbukumbu la Torati 32:13
Toleo Jipya la King James
13 Alimpandisha katika vilele vya nchi,
ili ale mazao ya mashamba; alimpa asali kutoka mwambani, na
mafuta kutoka mwamba mgumu.

Kumbukumbu la Torati 8:18
Ujumbe
17-18 Mkianza kujiambia, "Nilifanya haya yote. Na yote peke
yangu. Mimi ni tajiri. Yote ni yangu!"—fikiria tena.
Kumbukeni kwamba Mungu, Mungu wenu, aliwapa nguvu ya
kuzalisha utajiri huu wote ili kuthibitisha agano alilowaahidi
baba zenu—kama ilivyo leo.

Kumbukumbu la Torati 32:13-14
Ujumbe
10-14 Alimkuta nje jangwani,
katika nchi tupu, yenye upepo mkali. Alimkumbatia,
akamkazia macho, akimlinda kama mboni ya jicho lake.
Alikuwa kama tai anayeruka juu ya kiota chake, akiwafunika
watoto wake,
Kisha akatandaza mabawa yake, akiwainua angani,

akiwafundisha kuruka. Mungu pekee ndiye aliyemwongoza; hapakuwa na mungu mgeni aliyeonekana. Mungu alimnyanyua juu ya vilele vya vilima, ili aweze kula mazao ya mashambani. Alimlisha asali kutoka mwambani, mafuta kutoka kwenye miamba ya granite, siagi ya ng'ombe na maziwa ya kondoo, vipande bora vya wana-kondoo na mbuzi, kondoo waume wazuri wa Bashani, ngano bora, na damu ya zabibu: ulikunywa divai nzuri!

Saa 6 asubuhi Baba, kumbuka agano lako na uwape watu wako uwezo wa kutengeneza utajiri kwa ajili ya ufalme.

Saa 3 asubuhi ninaamuru rasilimali zilizofichwa, fursa zilizopuuzwa, na milango halali ya ongezeko kufunguliwa kwa neema ya Mungu.

Saa 12 jioni Kila mlaji aliyepewa jukumu la kupinga biashara ya haki, akemewe kwa jina la Yesu.

Saa 9 mchana Hazina za juu na mahitaji yaliyofichwa ya dunia yaachiliwe kwa ajili ya kazi za ufalme.

Saa kumi na mbili jioni Bwana, ondoa uchoyo, ulaghai, maelewano, na unyonyaji kutoka kwenye mlima wa biashara.

Saa tatu usiku naamuru kwamba waumini katika biashara watafanikiwa katika uadilifu, ukarimu, na usimamizi wa kimkakati.

12am Biashara zinazoendana na mbingu ziinuke, ziimarike, ziongezeke, na ziwe njia za ajira na huruma.

Saa 3 asubuhi Ee Mungu, hamisha rasilimali kutoka utumwani hadi kwenye kusudi na ufanye utajiri ujibu ajenda yako.

Siku ya 22 - Mlima wa Biashara: Mistari ya Ugavi Iliyopakwa Mafuta

Maandiko: Yeremia 31:11-14; Ayubu 29:6

Yeremia 31:11-14
Toleo Jipya la King James
11 Kwa maana Bwana amemkomboa Yakobo,
na kumkomboa kutoka mkononi mwa mtu mwenye nguvu kuliko yeye.
12 Kwa hiyo watakuja na kuimba katika kilele cha Sayuni,
wakimiminika kwa wema wa Bwana, kwa ajili ya ngano na
divai mpya na mafuta, kwa ajili ya kondoo na ng'ombe
wachanga; roho zao zitakuwa kama bustani iliyotiwa maji
vizuri, wala hawatahuzunika tena kamwe.
13 "Ndipo bikira atafurahi katika densi,
na vijana na wazee pamoja; kwa maana nitageuza
maombolezo yao kuwa furaha, nitawafariji, na kuwafanya
wafurahi badala ya huzuni.
14 Nitaishibisha roho ya makuhani kwa wingi,
na watu wangu watashiba kwa wema wangu, asema Bwana."

Ayubu 29:6
Toleo Jipya la King James
6 Wakati hatua zangu zilipooshwa kwa krimu, Na
mwamba ulipomimina mito ya mafuta kwa ajili yangu!

Yeremia 31:11-14
Ujumbe
10-14 "Sikieni haya, enyi mataifa! Ujumbe wa Mungu!
Tangazeni haya duniani kote! Waambieni, 'Aliyewatawanya Israeli
atawakusanya tena.

Kuanzia sasa atawaangalia kwa makini, kama mchungaji anavyowachunga kundi lake.' Mimi, Mungu, nitalipa fidia kali kwa ajili ya Yakobo; nitamkomboa kutoka mikononi mwa mnyanyasaji wa Wababeli. Watu watapanda kwenye miteremko ya Sayuni wakipiga kelele kwa furaha, nyuso zao zikiangaza kwa sababu ya ukarimu wa Mungu—Nafaka na divai na mafuta, makundi ya kondoo, makundi ya ng'ombe. Maisha yao yatakuwa kama bustani iliyotiwa maji vizuri, ambayo haitaachwa tena kukauka. Wanawake vijana watacheza na kufurahi, vijana na wazee watajiunga. Nitabadilisha kilio chao kuwa kicheko, nikiwafariji, nikiwavamia huzuni yao kwa furaha. Nitahakikisha kwamba makuhani wao wanapata milo mitatu ya mraba kwa siku na kwamba watu wangu wana zaidi ya yale."' Amri ya Mungu.

Ayubu 29:6
Ujumbe
Mungu Alipokuwa Bado Upande Wangu
29 1-6 Ayubu sasa anaendelea na jibu lake:
"Loo, jinsi ninavyotamani siku njema za zamani,
wakati Mungu alinitunza vizuri sana. Daima alishikilia taa mbele yangu na nilitembea gizani kwa mwanga wake. Lo, jinsi ninavyoikosa miaka hiyo ya dhahabu wakati urafiki wa Mungu ulipopamba nyumba yangu, Wakati Mwenye Nguvu alikuwa bado kando yangu na watoto wangu walikuwa wakinizunguka, Wakati kila kitu kilipokuwa kikienda kama nipendavyo, na hakuna kilichoonekana kuwa kigumu sana."

Saa 6 asubuhi Bwana, ukomboe na ujaze watu wako na uwashibishe kwa wema wakati wa ukame na kutokuwa na uhakika.

Saa 3 asubuhi naamuru ugavi usio wa kawaida juu ya huduma, familia, misheni, na miradi ya ufalme.

Saa 12 jioni Kila mzunguko wa hasara, uvujaji, na kuanguka karibu na mafanikio, kukatizwa na mkono wa Mungu.

Saa 3 usiku Acha wingi utiririke pale ambapo utasa umezungumza kwa muda mrefu, na kazi ya haki itoe thawabu kamili.

Saa kumi na mbili jioni Baba, anzisha njia safi za usambazaji, ushirikiano wa uaminifu, na miamala iliyolindwa kwa ajili ya watu wako.

Saa tatu usiku naamuru kuchelewa kwenye lango la riziki ili kutoa nafasi kwa kasi ya kimungu.

Saa 12 asubuhi sakafu zetu zijae vitu vya kutosha kwa ukarimu, misheni, na upanuzi wa ufalme.

Saa 3 asubuhi Ee Bwana, geuza uhaba kuwa ushuhuda na uwafanye watu wako wawe uthibitisho unaoonekana wa utoaji wa agano.

Siku ya 23 - Mlima wa Sanaa: Ubunifu Uliowekwa Wakfu

Maandiko: Kutoka 31:1-5; Zaburi 150:1-6

Kutoka 31:1-5
Toleo Jipya la King James
Mafundi wa Kujenga Maskani
31 Kisha Bwana akasema na Musa, na kumwambia, 2 Tazama,
nimemwita kwa jina lake Bezaleli mwana wa Uri, mwana wa
Huri , wa kabila la Yuda; 3 nami nimemjaza roho ya Mungu,
katika hekima, na ufahamu, na maarifa, na katika kila *aina ya*
kazi, 4 ili kubuni kazi za ufundi, na kufanya kazi kwa dhahabu,
na fedha, na shaba, 5 na kukata vito vya kutia, na kuchonga
miti, na kufanya kazi kwa kila *aina ya* kazi.

Zaburi 150
Toleo Jipya la King James
Mambo Yote Na Yamsifu Bwana
150 Bwana asifiwe !
Msifuni Mungu katika patakatifu pake;
Msifuni katika anga lake kuu [b] !
2 Msifuni kwa matendo yake makuu;
Msifuni kwa kadiri ya ukuu wake mkuu!
3 Msifuni kwa sauti ya tarumbeta ;
Msifuni kwa kinanda na kinubi!
4 Msifuni kwa matari na ngoma;
Msifuni kwa vinanda na filimbi!
5 Msifuni kwa matoazi yenye sauti kubwa;
Msifuni kwa matoazi yanayolia!
6 Kila mwenye pumzi na amsifu Bwana.
[d] Bwana asifiwe!

Kutoka 31:1-5
Ujumbe
Bezaleli na Oholiabu
31 [1-5] Mungu akamwambia Musa, "Tazama nilichofanya; mimi binafsi nimemchagua Bezaleli mwana wa Uri, mwana wa Huri, wa kabila la Yuda. Nimemjaza Roho wa Mungu, nimempa ujuzi, ujuzi na ujuzi katika kila aina ya ufundi, ili abuni na kufanya kazi katika dhahabu, fedha, na shaba; kukata na kuweka vito vya thamani; kuchonga miti; yeye ni fundi stadi wa kila aina.

Zaburi 150
Ujumbe
150 [1-6] Haleluya!
Msifuni Mungu katika nyumba yake takatifu ya ibada, msifuni chini ya anga zilizo wazi; Msifuni kwa matendo yake ya uweza, msifuni kwa ukuu wake mkuu; Msifuni kwa mlio wa tarumbeta, msifuni kwa kupiga nyuzi laini; Msifuni kwa kastanet na densi, msifuni kwa banjo na filimbi; Msifuni kwa matoazi na ngoma kubwa ya besi, msifuni kwa vinubi na mandolini. Kila kiumbe hai, kinachopumua, na kimsifu Mungu! Haleluya!

Saa 6 asubuhi Baba, rudisha ubunifu, usanii, na mawazo kwa ajili ya utukufu wako na si kwa ajili ya uasi.

Saa tatu asubuhi navunja ushawishi wa giza unaoshawishi muziki, filamu, mitindo, usimulizi wa hadithi, na maonyesho.

Saa 12 jioni Wainueni wasanii waliojitoa mhanga waliojaa ujuzi, hekima, uzuri, na ujasiri mtakatifu.

Saa 3 usiku Kila madhabahu inayotumia ubunifu kutukuza upotovu, vurugu, na ibada ya sanamu, itapinduliwa.

Saa kumi na mbili jioni Bwana, acha nyimbo, picha, hadithi, na maonyesho yawe wabebaji wa ukweli na imani.

Saa tatu usiku naamuru kwamba mlima wa sanaa hautakuwa tena eneo lililosalimishwa kwa ajili ya adui.

Saa 12 asubuhi Waache waabudu, waandishi, wabunifu, waigizaji, na wanamuziki wakutane na Mungu kwa undani na waumbe kutokana na kufurika.

Saa 3 asubuhi Ee Mungu, acha uzuri uliofungamana na ukweli na ubora uliofungamana na utakatifu katika nyanja ya ubunifu.

Siku ya 24 - Mlima wa Sanaa: Ukombozi wa Utamaduni

Maandiko: Isaya Ufunuo 21:24-26; Mwanzo 1:26-27; Zaburi 96:1-3

Ufunuo 21:24-26
Toleo Jipya la King James
24 Na mataifa ya wale waliookolewa watatembea katika nuru yake, na
wafalme wa dunia wataleta utukufu na heshima yao ndani yake . 25
Malango yake hayatafungwa kamwe mchana (hakutakuwa na
usiku huko). 26 Nao wataleta utukufu na heshima ya mataifa ndani yake
.

Mwanzo 1:26-27
Toleo Jipya la King James
26 Mungu akasema, "Tumfanye mtu kwa mfano wetu, kwa
sura yetu; watawale samaki wa baharini, ndege wa angani, na
wanyama wa kufugwa, na dunia yote, na kila kiumbe
kitambaacho juu ya nchi." 27 Basi , Mungu akaumba mtu kwa
mfano wake *mwenyewe* ; kwa mfano wa Mungu alimwumba;
mwanamume na mwanamke aliwaumba.

Zaburi 96:1-3
Toleo Jipya la King James
Wimbo wa Sifa kwa Mungu Akija Hukumuni
96 Mwimbieni Bwana wimbo mpya!
Mwimbieni Bwana, dunia yote.
2 Mwimbieni Bwana, libarikini jina lake;
Tangazeni habari njema za wokovu wake siku kwa siku.
3 Tangazeni utukufu wake kati ya mataifa ,
na maajabu yake kati ya watu wote.

Ufunuo 21:24-27
Ujumbe
15-21 Malaika aliyesema nami alikuwa na kijiti cha kupimia cha dhahabu, ili apime Mji , malango yake, na ukuta wake. Mji ulikuwa umejengwa katika mraba kamili. Akaupima Mji kwa kijiti cha kupimia: maili elfu na mia tano, urefu wake, upana wake, na urefu wake vyote vikiwa sawa. Kwa kipimo cha kawaida, Malaika akapima unene wa ukuta wake: yadi sabini na mbili. Ukuta ulikuwa wa yaspi, rangi ya Utukufu, na Mji ulikuwa dhahabu safi, inayong'aa kama kioo. Misingi ya kuta za Mji ilikuwa imepambwa kwa kila kito cha thamani kinachoweza kufikirika: msingi wa kwanza wa yaspi, wa pili wa yakuti samawi, wa tatu wa akiki, wa nne wa zumaridi, wa tano wa shohamu, wa sita wa akiki, wa saba wa krisolito, wa nane wa berili, wa tisa wa topazi, wa kumi wa krisoprasi, wa kumi na moja wa hiakintho, wa kumi na mbili wa amethisto. Milango kumi na miwili ilikuwa lulu kumi na mbili, kila mlango ulikuwa lulu moja.
21-27 Barabara kuu ya Mji ilikuwa dhahabu safi, inayong'aa kama kioo. Lakini hapakuwa na ishara ya Hekalu, kwa maana Bwana Mungu—Mwenye Nguvu—na Mwanakondoo ndio Hekalu. Mji hauhitaji jua wala mwezi kwa nuru. Utukufu wa Mungu ndio nuru yake, na Mwanakondoo taa yake! Mataifa yatatembea katika nuru yake na wafalme wa dunia wataleta fahari yao. Milango yake haitafungwa kamwe mchana, wala hakutakuwa na usiku wowote. Wataleta utukufu na heshima ya mataifa ndani ya Mji . Hakuna kitu kichafu au kilicho najisi kitakachoingia ndani ya Mji , na hakuna mtu anayechafua au kudanganya. Ni wale tu ambao majina yao yameandikwa katika Kitabu cha Uzima cha Mwanakondoo ndio watakaoingia.

Mwanzo 1:26-28
Ujumbe
26-28 Mungu alisema: "Na tuwafanye wanadamu kwa mfano wetu, tuwafanye
waakisi asili yetu, ili waweze kuwajibika kwa samaki baharini,

ndege wa angani, ng'ombe, naam, dunia yenyewe, na kila mnyama anayetambaa juu ya uso wa dunia."
Mungu aliwaumba wanadamu;
aliwaumba kama Mungu, wakionyesha asili ya Mungu.
Aliwaumba mwanamume na mwanamke. Mungu akawabariki:
" Fanyeni! Zaeni! Jazeni dunia! Chukua jukumu!
Muwajibike kwa samaki baharini na ndege wa angani, kwa kila kiumbe hai kinachotembea juu ya uso wa dunia."

Zaburi 96:1-3
Ujumbe
96 1-2 Mwimbieni Mungu wimbo mpya kabisa!
Dunia na kila mtu ndani yake, imba! Mwimbieni Mungu—*mwabuduni* Mungu!
2-3 Pazeni habari za ushindi wake kutoka bahari hadi bahari,
Pelekeni habari za utukufu wake kwa waliopotea, Habari za maajabu yake kwa wote!

Saa 6 asubuhi Bwana, acha utajiri, umakini, na ushawishi wa utamaduni uelekezwe kwenye kile kinachokuheshimu.

9 asubuhi naita sauti mpya na shahidi mpya anayetangaza utukufu wako miongoni mwa mataifa.

Saa 12 jioni Kila utumwa wa kitamaduni unaorekebisha giza, vunja sasa chini ya nguvu kuu ya ufalme wa Mungu.

Saa 3 usiku Waache waumbaji wenye imani ya ufalme wachukue majukwaa, studio, nyumba za sanaa, na sinema kwa mamlaka.

Saa kumi na mbili jioni Baba, komboa ladha ya umma, mawazo ya pamoja, na hamu ya kitaifa kutokana na ufisadi.

Saa tatu usiku natangaza kwamba uzuri hautatenganishwa tena na ukweli na ubunifu hautatenganishwa tena na dhamiri.

Saa 12 asubuhi sanaa ziwe uwanja wa kukutana na Mungu ambapo wapotevu hugeuka na wanaotafuta wataona utukufu wako.

Saa 3 asubuhi Ee Bwana, vamia utamaduni kwa uzuri mtakatifu na uyafanye mataifa yasikie sauti ya kuamka.

Siku ya 25 - Dini na Kanisa: Moto wa Uamsho

Maandiko: 2 Mambo ya Nyakati 7:14; Warumi 15:30-32

2 Mambo ya Nyakati 7:14
Toleo Jipya la King James
14 ikiwa watu wangu walioitwa kwa jina langu watajinyenyekesha, na kuomba, na kunitafuta uso, na kuziacha njia zao mbaya; basi, nitasikia kutoka mbinguni, na kuwasamehe dhambi yao, na kuiponya nchi yao.

Warumi 15:30-32
Toleo Jipya la King James
30 Sasa nawasihi, akina ndugu, kupitia Bwana Yesu Kristo, na kupitia upendo wa Roho, kwamba mjitahidi pamoja nami katika maombi kwa Mungu kwa ajili yangu,
31 ili niokolewe kutoka kwa wale wasioamini walioko Yudea , na kwamba huduma yangu kwa ajili ya Yerusalemu ipate kukubaliwa na watakatifu,
32 ili niweze kuja kwenu kwa furaha kwa mapenzi ya Mungu, na nipate kuburudishwa pamoja nanyi.

2 Mambo ya Nyakati 7:14-18
Ujumbe
12-18 Mungu alimtokea Sulemani usiku huohuo na kumwambia, "Nimekubali ombi lako; naam, nimechagua mahali hapa pawe hekalu la dhabihu, nyumba ya ibada. Nikizima mvua kutoka mbinguni au kuamuru nzige wale mazao au kuwapelekea watu wangu tauni, na watu wangu, watu wangu walioteuliwa na Mungu, wakaitikia kwa kujinyenyekeza, kuomba, kutafuta uwepo wangu, na kugeuza migongo yao dhidi ya maisha yao maovu, nitakuwa tayari kwa ajili yako: Nitasikiliza kutoka mbinguni, nitawasamehe dhambi zao, na kuirejesha nchi yao katika afya. Kuanzia sasa na kuendelea niko macho mchana

na usiku kwa maombi yanayotolewa mahali hapa. Niamini, nimechagua na kuitakasa Hekalu hili ulilolijenga: Jina langu limetiwa alama juu yake milele; macho yangu yako juu yake na moyo wangu humo daima. Nawe, ukiishi mbele zangu kama Daudi baba yako alivyoishi, moyo safi na matendo, ukiishi maisha niliyokuandalia, ukitii kwa makini mwongozo na hukumu zangu, basi nitautegemeza utawala wako wa kifalme juu ya Israeli—ufanye uwe jambo la uhakika juu ya msingi imara. Ninakupa agano lile lile nililompa Daudi baba yako, yaani, 'Unaweza kutegemea mzao katika kiti cha enzi cha Israeli milele.'

Warumi 15:30-33
Ujumbe
30-33 Nina ombi moja, wapendwa wangu: Niombeeni. Niombeeni kwa bidii pamoja nami—kwa Mungu Baba, kwa nguvu ya Bwana wetu Yesu, kwa upendo wa Roho—kwamba niokolewe kutoka katika tundu la simba la wasioamini huko Yudea. Ombeni pia kwamba sadaka yangu ya msaada kwa waumini wa Yerusalemu ikubalike katika roho ambayo imetolewa. Kisha, Mungu akipenda, nitakuwa njiani kuja kwenu nikiwa na moyo mwepesi na wenye hamu, nikitarajia kuburudishwa na kuwa pamoja nanyi. Amani ya Mungu iwe nanyi nyote. Naam!

Saa kumi na mbili asubuhi Baba, rudisha Kanisa lako kwenye unyenyekevu, toba, na sala ya agano.

Saa tatu asubuhi ninajitahidi pamoja katika maombi na watakatifu kwa ajili ya uamsho, usafi, na kumiminwa upya kwa Roho Mtakatifu.

Saa 12 jioni makutaniko yanayolala yaamke na madhabahu kavu ziwake tena.

Saa 3 usiku Kila upinzani dhidi ya uamsho unaotokana na kiburi, mila, na dhambi iliyofichwa, uvunjwe.

Saa kumi na mbili jioni Bwana, tembelea madhehebu, ushirika, huduma, na mitandao ya maombi kwa moto wa utakaso.

Saa tatu usiku natangaza ubatizo mpya wa njaa ya neno, ibada, utakatifu, na mzigo wa uinjilisti.

12am Acha miujiza, kusadiki, upatanisho, na ukombozi virudi kwenye kitovu cha maisha ya kanisa.

Saa 3 asubuhi Ee Mungu, fufua kazi Yako katikati ya miaka na acha Kanisa liwe nguvu ya mabadiliko tena.

Siku ya 26 - Dini na Kanisa: Ulinzi wa Mabaki

Maandiko: Zaburi 92:8,14; Mathayo 26:41

Zaburi 92:8
Toleo Jipya la King James
8 Lakini Wewe, Bwana, *U* juu milele na milele.

Zaburi 92:14
Toleo Jipya la King James
14 Watazaa matunda
hata uzeeni, Watakuwa mabichi na wenye kustawi,

Mathayo 26:41
Toleo Jipya la King James
41 Kesheni na mwombe, msije mkaingia majaribuni. Roho *i*
radhi, lakini mwili *ni* dhaifu.

Zaburi 92:8-9
Ujumbe
4-9 Ulinifurahisha sana, Mungu.
Niliona kazi yako na nikapiga kelele kwa furaha. Jinsi kazi
yako ilivyo nzuri, Mungu! Jinsi mawazo yako yalivyo mazito!
Wapumbavu hawaoni kamwe unachofanya; wapumbavu
hawaelewi kamwe. Wakati waovu walipochipuka kama
magugu na wanaume na wanawake wote waovu
walipochukua madaraka, Uliwakata, ukawamaliza mara moja
na kwa wote. Wewe, Mungu, ni Mkuu na wa Milele.
Waangalie adui zako, Mungu!
Waangalie adui zako—wameangamizwa!
Wametawanyika peponi, wale wote walioajiriwa wa uovu!

Zaburi 92:14

Ujumbe
10-14 Lakini umenitia nguvu kama nyati anayekimbia, umenitukuza kwa gwaride la sherehe. Kuona wakosoaji wangu wakishuka bado ni mpya, kushindwa kwa wakosoaji wangu waovu. Masikio yangu yamejaa sauti za ahadi: " Watu wema watastawi kama mitende,
watakua kama mierezi ya Lebanoni; watapandwa kwenye ua wa Mungu, watakua warefu mbele za Mungu, watakuwa wanene na wa kijani kibichi, wachangamfu hata uzeeni."
Mathayo 26:41
Ujumbe
40-41 Aliporudi kwa wanafunzi wake, akawakuta wamelala usingizi mzito. Akamwambia Petro, "Hamwezi kukaa nami hata saa moja? Kesheni; ombeni ili msije mkaingia majaribuni bila kujua kwamba mko hatarini. Kuna sehemu yenu ambayo ina hamu, tayari kwa lolote katika Mungu. Lakini kuna sehemu nyingine ambayo ni mvivu kama mbwa mzee anayelala karibu na moto."

Saa 6 asubuhi Bwana, walinde wenye haki na uwahifadhi waliosalia wakizaa matunda, wapya, na wanaostawi katika misimu ya zamani na ngumu.

Saa tatu asubuhi napokea neema ya kukesha na kuomba ili majaribu yasinipate mimi au watakatifu.

Saa 12 jioni Kila njama kwa waombezi waliochoka, viongozi, na waumini waaminifu, hushindwa kwa jina la Yesu.

Saa 3 usiku mizizi ya wenye haki iingie ndani kabisa na ushuhuda wao ubaki kijani kibichi na hai.

Saa kumi na mbili jioni Baba, walinde watumishi wako kutokana na kashfa, uchovu, kukata tamaa, na uvamizi wa kiroho.

Saa tatu usiku naamuru kwamba mabaki hayatazimwa; yatakuwa na nguvu zaidi chini ya shinikizo.

Saa 12 asubuhi Waaminifu waliofichwa waburudishwe na mbingu na kuimarishwa kwa mafuta ya kudumu.

Saa 3 asubuhi Ee Mungu, wategemeze waliosalia wanaoomba hadi mafanikio ya kitaifa na ya vizazi yatakapojitokeza.

Siku ya 27 - Familia ya Mlima: Ndoa Imezingirwa

Maandiko: Mathayo 19:6; Mhubiri 4:12

Mathayo 19:6
Toleo Jipya la King James
6 Kwa hivyo, wao si wawili tena bali mwili mmoja. Kwa hivyo kile ambacho Mungu ameunganisha, mwanadamu asikitenganishe.

Mhubiri 4:12
Toleo Jipya la King James
12 Ingawa mtu mmoja anaweza kushindwa na mwingine,
wawili wanaweza kumpinga,
wala kamba yenye nyuzi tatu haikatiki haraka.

Mathayo 19:6
Ujumbe
4-6 Akajibu, "Hamjasoma katika Biblia yenu kwamba Muumba mwanzoni aliumba mwanamume na mwanamke kwa ajili ya kila mmoja, mwanamume na mwanamke? Kwa sababu hii, mwanamume humwacha baba na mama na kuunganishwa kwa nguvu na mkewe, na kuwa mwili mmoja—sio miili miwili tena bali mwili mmoja. Kwa sababu Mungu aliumba muungano huu wa jinsia mbili, mtu yeyote asije akaharibu ufundi wake kwa kuwatenganisha."

Mhubiri 4:12
Ujumbe
12 Ukiwa peke yako huna ulinzi.
Ukiwa na rafiki unaweza kukabiliana na hali mbaya zaidi. Je,

unaweza kuzungusha theluthi? Kamba yenye nyuzi tatu haikatiki kwa urahisi.

Saa 6 asubuhi Baba, kile ulichokiunganisha, nguvu za kuzimu, mwili, au utamaduni zisivunjike.

Saa tatu asubuhi ninavunja roho ya mgawanyiko, usaliti, umbali wa kihisia, na kosa lisilotatuliwa linaloshambulia ndoa.

12pm Acha upendo wa agano, ukweli, uvumilivu, na heshima ya pande zote zirejeshwe katika nyumba zenye mkazo.

Saa 3 usiku Kila sauti ya ajabu inayoshindana na muungano wa kimungu, inyamwe kwa mamlaka ya Yesu Kristo.

Saa kumi na mbili jioni Bwana, ponya uaminifu, tengeneza mawasiliano, na urejeshe ushirikiano wa kiroho kati ya waume na wake.

Saa tatu usiku naamuru kwamba ndoa zitakuwa madhabahu za makubaliano na injini za hatima, si viwanja vya vita vya uharibifu.

Saa 12 asubuhi Acha kila mpango uliofichwa wa adui dhidi ya nyumba za agano ufunuliwe na kupinduliwa.

Saa 3 asubuhi Ee Mungu, imarisha ndoa kwa neema, usafi, na kamba yenye nyuzi tatu isiyoweza kuvunjika.

Siku ya 28 - Mlima wa Serikali: Malango na Miji

Maandiko: Mwanzo 18:16-33; Mithali 29:2

Mwanzo 18:16-33
Toleo Jipya la King James
Ibrahimu Aombea Sodoma
16 Kisha wale watu wakaondoka huko wakatazama kuelekea
Sodoma, naye Abrahamu akaenda nao ili kuwapeleka njiani. 17
Bwana akasema, "Je, nimfiche Abrahamu ninachofanya, 18
kwa kuwa hakika Abrahamu atakuwa taifa kubwa na lenye
nguvu, na mataifa yote ya dunia yatabarikiwa katika yeye? 19
Kwa maana nimemjua, ili awaamuru wanawe na nyumba yake
baada yake, waishike njia ya Bwana, wafanye haki na haki, ili
Bwana amtimizie Ibrahimu yale aliyomwambia." 20 Bwana
akasema, "Kwa sababu kilio dhidi ya Sodoma na Gomora ni
kikubwa, na kwa sababu dhambi yao ni kubwa sana, 21
nitashuka sasa nione kama wamefanya sawasawa na kilio
kilichonijia; na kama sivyo, nitajua."
22 Kisha wale watu wakageuka kutoka huko, wakaenda
Sodoma, lakini Ibrahimu alikuwa bado amesimama mbele za
Bwana. 23 Ibrahimu akakaribia, akasema, Je, utawaangamiza
wenye haki pamoja na waovu? 24 Tuseme wangekuwa wenye
haki hamsini ndani ya mji; je, utaharibu mahali hapo, wala
hutaacha *kwa* ajili ya hao wenye haki hamsini waliokuwamo
ndani yake? 25 Isiwe mbali nawe kufanya jambo kama hili,
kuwaua wenye haki pamoja na waovu, ili wenye haki wawe
kama waovu; isiwe mbali nawe! Je, Mwamuzi wa dunia yote
hatatenda haki ?
26 Bwana akasema, "Nikiona wenye haki hamsini mjini
Sodoma, nitauacha mji wote kwa ajili yao."
27 Ndipo Abrahamu akajibu, akasema, "Sasa, mimi *niliye lakini*
mavumbi na majivu yamechukua jukumu langu kuzungumza

na Bwana: [28]Tuseme watano wamepungua kuliko wale
hamsini wenye haki, je, utaangamiza mji wote kwa *kukosa*
watano?
Akasema , "Nikiona huko watu arobaini na watano,
sitauangamiza . "
[29]Akaendelea kusema naye tena, akasema, Huenda
wakaonekana huko arobaini?
Akasema , "Sitafanya *hivyo* kwa ajili ya hao arobaini."
[30]Akasema, Bwana asiwe na hasira, nami nitasema, Huenda
wakaonekana huko thelathini?
Akasema , "Sitafanya *hivyo* nikiona thelathini humo."
[31]Akasema, "Sasa nimeamua kuzungumza na Bwana. Huenda
wakaonekana huko watu ishirini?"
Akasema , "Sitaharibu kwa ajili ya hao ishirini. "
[32]Akasema, Bwana asiwe na hasira, nami nitasema mara moja
tu; Huenda wakaonekana huko watu kumi?
Akasema, "Sitaharibu *kwa* ajili ya hao kumi." [33]Basi, Bwana
alipokwisha kusema na Abrahamu, akaenda zake; naye
Abrahamu akarudi nyumbani kwake.

Mithali 29:2
Toleo Jipya la King James
[2]Mwenye haki anapokuwa na mamlaka, watu hufurahi;
Bali mwovu atawalapo, watu huugua.

Mwanzo 18:16-33
Ujumbe
[16]Basi, wale watu wakaondoka, wakaenda Sodoma, naye
Abrahamu akatembea nao kuwaaga.
[17-19]Kisha Mungu akasema, "Je, nimfiche Abrahamu
ninachotaka kufanya? Abrahamu atakuwa taifa kubwa na
lenye nguvu; mataifa yote ya dunia yatajikuta yamebarikiwa
kupitia yeye. Naam, nimemchagua yeye kuwa mtu wa
kuwafundisha watoto wake na familia yake ya baadaye kufuata
njia ya Mungu, kuishi kwa wema na ukarimu na haki, ili
Mungu aweze kukamilisha katika Abrahamu kile
alichomwahidi."

20-21 Mungu aliendelea, "Kilio cha waliouawa Sodoma na
Gomora kinatia kiziwi; dhambi ya miji hiyo ni kubwa.
Ninashuka ili nijionee mwenyewe, kuona kama wanachofanya
ni kibaya kama kinavyosikika. Ndipo nitajua."
22 Wanaume hao wakaondoka kwenda Sodoma, lakini
Abrahamu akasimama katika njia ya Mungu, akimzuia njia.
23-25 Ibrahimu alimkabili, "Je, uko sahihi? Unapanga
kuwaangamiza watu wema pamoja na wabaya? Vipi kama
kutakuwa na watu hamsini wema waliosalia mjini; je,
utawachanganya wema pamoja na wabaya na kuwaangamiza
watu wote? Je, hungeuacha mji kwa ajili ya hao hamsini wasio
na hatia? Siwezi kuamini ungefanya hivyo, kuwaua wema na
wabaya kana kwamba hakuna tofauti kati yao. Je, Mwamuzi
wa dunia yote hahukumu kwa haki?"
26 Mungu akasema, "Nikipata watu hamsini wema katika mji
wa Sodoma, nitaacha mahali hapo kwa ajili yao tu."
27-28 Abrahamu akarudi, "Je, mimi, mwanadamu tu aliyeumbwa
kwa udongo, nathubutu kufungua kinywa changu tena kwa
Bwana wangu? Vipi kama wale hamsini watapungukiwa na
watano—je, utauangamiza mji kwa sababu ya wale watano
waliopotea?"
Akasema, "Sitaiharibu ikiwa watakuwapo arobaini na
watano."
29 Ibrahimu akasema tena, "Vipi kama utapata watu arobaini
tu?"
"Wala sitaiharibu hata kwa arobaini."
30 Akasema, "Bwana, usikasirike nami, lakini vipi kama
wakipatikana thelathini tu?"
"Hapana, sitafanya hivyo nikipata thelathini."
31 Alisisitiza, "Najua ninajaribu uvumilivu wako, Mwalimu,
lakini vipi kuhusu ishirini?"
"Sitaiharibu kwa miaka ishirini."
32 Hakutaka kuacha, "Usikasirike, Mwalimu—hii ni mara ya
mwisho. Vipi ukipata kumi tu?"
"Kwa ajili ya kumi tu, sitauangamiza mji."
33 Mungu alipomaliza kuzungumza na Abrahamu, aliondoka,
naye Abrahamu akaenda nyumbani.

Mithali 29:2
Ujumbe
[2] Watu wema wanapoendesha mambo, kila mtu hufurahi, lakini mtawala akiwa mbaya, kila mtu huugua.

Saa 6 asubuhi Bwana, tunatetea miji yetu kama Ibrahimu alivyoomba;
kuokoa, kuponya, na kubadilisha jamii zilizowekwa alama ya huruma.

Saa 3 asubuhi Waadilifu wanapokuwa na mamlaka, watu wafurahi; waondoe utawala dhalimu na utawala wa kejeli.

Saa 12 jioni Kila agano na umwagaji damu, uchoyo, na uovu wa kimaeneo katika malango ya jiji, livunjwe.

Saa tisa mchana Baba, inueni walinzi waadilifu katika halmashauri, manispaa, na miundo ya kikanda.

Saa kumi na mbili jioni naamuru kwamba miji yetu haitasalitiwa kwa vurugu, ufisadi, na kuporomoka kwa maadili.

Saa tatu usiku maombi yatawale malango na uongozi wenye busara utokee katika ngazi za mitaa na kitaifa.

12am Kila dai la kishetani kuhusu vitongoji, taasisi, na maeneo ya kimkakati, lifutwe.

Saa 3 asubuhi Ee Mungu, kumbuka rehema katika hukumu na acha miji ipate mateso ya kimungu badala ya uharibifu.

Siku ya 29 - Elimu ya Mlima: Ukombozi kutoka Utumwani wa Akili

Maandiko: 2 Wakorintho 10:4-5; Warumi 12:2

2 Wakorintho 10:4-5
Toleo Jipya la King James
4 Kwa maana silaha za vita vyetu *si* za kimwili bali zina nguvu katika
Mungu kwa ajili ya kubomoa ngome, 5 tukiangusha hoja na kila kitu
kilichoinuka, kijiinuacho juu ya ujuzi wa Mungu, tukiteka nyara
kila fikira ipate kumtii Kristo,

Warumi 12:2
Toleo Jipya la King James
2 Wala msiifuatishe namna ya ulimwengu huu, bali mgeuzwe
kwa kufanywa upya nia zenu, ili mpate kuthibitisha mapenzi
ya Mungu *yaliyo mema, ya kukubalika, na makamilifu.*

2 Wakorintho 10:4-6
Ujumbe
3-6 Ulimwengu hauna kanuni. Ni ulaji wa mbwa huko nje! Ulimwengu haupigani kwa haki. Lakini hatuishi au kupigana vita vyetu kwa njia hiyo—hatujawahi na hatutapigana kamwe. Vifaa vya biashara yetu si vya uuzaji au ulaghai, bali ni vya kubomoa utamaduni huo wote uliopotoka sana. Tunatumia vifaa vyetu vyenye nguvu vya Mungu kwa kuvunja falsafa zilizopotoka, kubomoa vizuizi vilivyowekwa dhidi ya ukweli wa Mungu, kuweka kila wazo na hisia na msukumo uliolegea katika muundo wa maisha yaliyoumbwa na Kristo. Vifaa vyetu viko tayari kwa ajili ya kusafisha kila kizuizi na kujenga maisha ya utii hadi ukomavu.

Warumi 12:2

Ujumbe

Weka Maisha Yako Mbele ya Mungu

12 [1-2] Kwa hivyo hivi ndivyo ninavyotaka ufanye, Mungu akikusaidia: Chukua maisha yako ya kila siku, ya kawaida—kulala kwako, kula, kwenda kazini, na kutembea—na uyaweke mbele za Mungu kama sadaka. Kukubali kile ambacho Mungu anakufanyia ndilo jambo bora zaidi unaloweza kumfanyia. Usiwe na tabia nzuri ya kuzoea utamaduni wako kiasi kwamba unaingia ndani yake bila hata kufikiria. Badala yake, weka umakini wako kwa Mungu. Utabadilishwa kutoka ndani hadi nje. Tambua kwa urahisi kile anachotaka kutoka kwako, na uitikie haraka. Tofauti na utamaduni unaokuzunguka, unaokuvuta kila wakati hadi kiwango chake cha kutokomaa, Mungu huleta kilicho bora kutoka kwako, hukuza ukomavu uliojengeka vizuri ndani yako.

Saa 6 asubuhi Baba, vunja ngome katika mawazo, falsafa, na mtazamo wa ulimwengu zinazojiinua dhidi ya ukweli wako.

Saa 3 asubuhi ninateka kila wazo la uasi, hoja za kitamaduni, na utumwa wa kiakili unaopinga utii kwa Kristo.

Saa 12 jioni Acha urejesho wa akili ufahamike kwa wanafunzi, walimu, na taasisi.

3pm Kila kiburi cha kitaaluma kinachomdhihaki Mungu na kuharibu utambuzi, kinyenyekezwe chini ya nuru ya kimungu.

Saa 12 jioni Bwana, fungua akili zako kutokana na kiwewe, kuchanganyikiwa, upotovu, na utumwa wa kiakili.

Saa tatu usiku naamuru kwamba wanafunzi Wakristo watafikiri kwa uwazi, kibiblia, na kwa ujasiri.

12am Madarasa yawe mahali ambapo ukweli huondoa udanganyifu na kusudi huamshwa.

Saa 3 asubuhi Ee Mungu, miliki akili za kizazi hiki na uzipatanishe na hekima yako.

Siku ya 30 - Media Mountain: Ufichuzi wa Kazi Zilizofichwa

Maandiko: Waefeso 5:11-14; Luka 8:17

Waefeso 5:11-14
Toleo Jipya la King James
11 Wala msishirikiane na matendo yasiyozaa matunda ya giza,
bali yafichueni. 12 Kwa maana ni aibu hata kuyataja mambo
yanayofanywa nao kwa siri. 13 Lakini mambo yote
yanayodhihirishwa hudhihirishwa na nuru, kwa maana chochote
kinachodhihirishwa ni nuru. 14 Kwa hiyo asema:
"Amka, wewe ulalaye,
Ufufuke kutoka kwa wafu, Na Kristo atakupa nuru."

Luka 8:17
Toleo Jipya la King James
17 Kwa maana hakuna siri ambayo haitafunuliwa, wala *chochote*
kilichofichwa ambacho hakitajulikana na kufichuliwa.

Waefeso 5:11-16
Ujumbe
11-16 Msipoteze muda wenu kwa kazi isiyo na maana, kazi yenye shughuli nyingi, mambo yasiyo na matunda ya giza. Yafichueni mambo haya kwa ajili ya unafiki wake. Ni kashfa watu wanapopoteza maisha yao kwa mambo ambayo lazima wayafanye gizani ambapo hakuna mtu atakayeyaona. Vua kifuniko cha ulaghai huo na uone jinsi wanavyoonekana wa kuvutia katika mwanga wa Kristo.
Amka kutoka usingizini,
Toka kwenye majeneza yako; Kristo atakuonyesha nuru!
Kwa hivyo angalia hatua zako. Tumia akili yako. Tumia vyema kila nafasi unayopata. Hizi ni nyakati za kukata tamaa!

Luka 8:17-18
Ujumbe
Wakosaji wa Yale Unayosikia
16-18 "Hakuna mtu anayewasha taa kisha akaifunika kwa beseni la kuogea au kuisukuma chini ya kitanda. Hapana, unaiweka juu ya kinara cha taa ili wale wanaoingia chumbani waweze kuona njia yao. Hatufichi siri; tunawaambia. Hatufichi mambo; tunaweka *kila kitu* wazi. Kwa hivyo jihadharini msiwe wavivu wa kile mnachosikia. Ukarimu huzaa ukarimu. Uchoyo huleta umaskini."

Saa 6 asubuhi Baba, acha kazi zilizofichwa za giza katika mifumo ya mawasiliano zifunuliwe na nuru yako.

Saa tatu asubuhi naamuru kwamba hakuna kitu chochote kilichofichwa ili kuwadanganya watu kitakachofichwa milele.

Saa 12 jioni Kila muungano wa siri unaozalisha taarifa za uongo, uchochezi, na ufisadi, utafichuliwa.

Saa tisa usiku Bwana, waamshe wafichuzi, wasemaji wa ukweli, na warekebishaji kwa ujasiri na ulinzi.

Saa kumi na mbili jioni Acha kile kilichoundwa gizani ili kuchanganya, kudhibiti, na kupotosha kiburuzwe hadi kwenye hukumu ya wazi.

Saa tatu usiku nakataa kuwaogopa wanadamu na naomba uwazi mtakatifu mbele ya udanganyifu tata.

Saa 12 asubuhi Acha mifumo ya vyombo vya habari itikisike hadi ukweli uweze kupumua na haki isikike.

Saa 3 asubuhi Ee Mungu, inuka kama mfunuaji wa siri na ufichue kila kazi iliyofichwa inayopinga ufalme wako.

Siku ya 31 - Mlima wa Biashara: Kuvunja Upinzani Kuongezeka

Maandiko: Mwanzo 50:20; Ayubu 5:12

Mwanzo 50:20
Toleo Jipya la King James
20 Lakini ninyi mlinikusudia mabaya; *lakini* Mungu alikusudia mema, ili yatokee kama *ilivyo* leo, ili kuokoa watu wengi.

Ayubu 5:12
Toleo Jipya la King James
12 Huyatangua mashauri ya wajanja,
Mikono yao isiweze kuyatimiza mashauri yao.

Mwanzo 50:20-21
Ujumbe
19-21 Yusufu akajibu, "Msiogope. Je, mimi nimtendee Mungu? Hamjui, mlinipangia mabaya lakini Mungu alitumia mipango hiyo hiyo kwa faida yangu, kama mnavyoona kote kote hivi sasa—maisha kwa watu wengi. Sasa ni rahisi, hamna cha kuogopa; nitawatunza ninyi na watoto wenu." Aliwatuliza, akizungumza nao moyoni.

Ayubu 5:12-16
Ujumbe
Ni Baraka Iliyoje Mungu Anapokurekebisha!
8-16 "Kama ningekuwa katika nafasi yako, ningemwendea Mungu moja kwa moja,
ningejitupa kwenye rehema ya Mungu. Baada ya yote, anajulikana kwa matendo makubwa na yasiyotarajiwa; hakuna mwisho wa mshangao wake. Kwa mfano, anatoa mvua, katika dunia nzima, hutuma maji kumwagilia mashamba.
Huwainua walio chini na nje,

huwapa msingi imara wale wanaozama katika huzuni. Hukatiza mipango ya wadanganyifu wadanganyifu, ili hakuna hata moja ya mipango yao inayotimia. Huwakamata wajuaji katika njama zao— njama zote tata zinazoondolewa na takataka! Ghafla wanachanganyikiwa, wametumbukia gizani; hawawezi kuona kuweka mguu mmoja mbele ya mwingine. Lakini waliokandamizwa huokolewa na Mungu, huokolewa kutoka kwa njama za mauaji, huokolewa kutoka kwa mkono wa chuma. Na hivyo maskini wanaendelea kutumaini, huku dhuluma ikiwa imefungwa na kufungwa.

Saa 6 asubuhi Baba, kile adui alichomaanisha kwa uovu katika fedha, biashara, na riziki, kigeuze kwa ufalme mzuri.

Saa 3 asubuhi Vuruga mbinu za wajanja ili mikono yao isiweze kufanya kazi yao dhidi yetu.

Saa 12 jioni Kila roho ya upinzani iliyowekwa kwenye lango la maendeleo, iondolewe na moto wa Mungu.

Saa tisa mchana navunja ucheleweshaji, hujuma, ripoti za nia mbaya, shutuma za uongo, na upinzani wa siri dhidi ya kazi ya haki.

Saa kumi na mbili jioni Bwana, wape watu wako kibali kinachonyamazisha sauti za uadui na kufungua milango ya kimkakati.

Saa tatu usiku natangaza ustawi katikati ya uadui na maendeleo mbele ya upinzani.

Saa 12 asubuhi Acha msaada uliofichwa, washirika wa Mungu, na fursa halali zitokee ghafla kwa ajili ya maendeleo ya ufalme.

Saa 3 asubuhi Ee Mungu, badilisha kila upinzani uliopangwa kuwa ushuhuda wa uaminifu na nguvu Zako.

Siku ya 32 - Mlima wa Sanaa: Kuvunja Ushawishi na Ibada ya Sanamu

Maandiko: Zaburi 69:22-28; 1 Yohana 5:21

Zaburi 69:22-28
Toleo Jipya la King James
22 Meza yao iwe mtego mbele yao,
Na ustawi wao uwe mtego.
23 Macho yao yatiwe giza, wasiweze kuona;
Na viuno vyao vitetemeke daima.
24 Uwamwagie ghadhabu yako,
Na hasira yako kali iwapate.
25 Makao yao yawe ukiwa;
Asiishi mtu ye yote hemani mwao.
26 Kwa maana wanawatesa wale *uliowapiga* ,
Na kuzungumzia huzuni ya wale uliowajeruhi.
27 Ongeza uovu juu ya uovu wao,
Wala wasiingie katika haki yako.
28 Wafutwe katika kitabu cha walio hai,
Wala wasiandikwe pamoja na wenye haki.

1 Yohana 5:21
Toleo Jipya la King James
21 Watoto wadogo, jilindeni na sanamu. Amina.

Zaburi 69:22-28
Ujumbe
22 Chakula chao cha jioni na kiwe chambo kwenye mtego unaofungwa;
Marafiki zao wa karibu na wawe wawindaji watakaowachuna ngozi wakiwa hai.

23 Wafanye kuwa vipofu kama popo,
Watikise kuanzia asubuhi hadi usiku.
24 Wajulishe unachowafikiria,
Wajaze hasira yako kali.
25 Choma nyumba zao,
uziache ukiwa bila mtu yeyote nyumbani.
26 Walimsengenya yule uliyemwadhibu,
Walitunga hadithi kuhusu yeyote aliyejeruhiwa na Mungu.
27 Jirundikie hatia,
usiwaache waondoke kwenye ndoano.
28 Futa majina yao kutoka kwenye orodha ya walio hai;
Wala usiwe na heshima iliyochongwa kwa mwamba miongoni mwa wenye haki.

1 Yohana 5:21
Ujumbe
18-21 Tunajua kwamba hakuna yeyote kati ya waliozaliwa na Mungu anayefanya dhambi—dhambi inayosababisha kifo. Waliozaliwa na Mungu pia hulindwa na Mungu. Yule Mwovu hawezi kuwashika. Tunajua kwamba tumeshikiliwa na Mungu; ni watu wa dunia pekee wanaoendelea kushikiliwa na Yule Mwovu. Nasi tunajua kwamba Mwana wa Mungu alikuja ili tuweze kutambua na kuelewa ukweli wa Mungu—ni zawadi iliyoje !— na tunaishi katika Kweli yenyewe, katika Mwana wa Mungu, Yesu Kristo. Huyu Yesu ndiye Mungu wa Kweli na Uzima Halisi. Watoto wapendwa, jihadharini na mifano yote ya kijanja.

Saa kumi na mbili asubuhi Baba, pindua kila meza ya ulaghai na kila mtego uliowekwa kupitia utamaduni ili kunasa mioyo.

Saa 3 asubuhi ninakataa sanamu za umaarufu, majivuno, hisia za kimapenzi, na kujikweza zinazotawala nafasi za ubunifu.

Saa 12 jioni Acha uchawi, kuvutiwa na giza, na hamu ya ufisadi vipoteze nguvu juu ya umma.

Saa 3 usiku Kila madhabahu ya pongezi ya sanamu inayoondoa ibada kutoka kwa Mungu, ivunjwe.

Saa 6 mchana Bwana, wasanii wa uokoaji na hadhira kutoka utumwani hadi kwenye kibali, kupita kiasi, na upofu wa kiroho.

Saa tatu usiku natangaza kwamba uchawi wa kufa ganzi kwa maadili juu ya utamaduni unavunjwa na mwanga wa Kristo.

Saa 12 asubuhi Imani takatifu itembelee sinema, studio, majukwaa, na vijito ambapo giza limesherehekewa.

Saa 3 asubuhi Ee Mungu, rudisha mawazo kutoka kwa sanamu na uelekeze tamaa kuelekea ukweli, uzuri, na ibada.

Siku ya 33 - Rehema ya Kitaifa na Marejesho ya Agano

Maandiko: Danieli 9:1-19; 2 Mambo ya Nyakati 7:13-16

Danieli 9:1-19
Toleo Jipya la King James
Maombi ya Danieli kwa ajili ya Watu
9 Katika mwaka wa kwanza wa Dario mwana wa Ahasuero,
wa uzao wa Wamedi, aliyetawazwa kuwa mfalme juu ya milki
ya Wakaldayo, [2] katika mwaka wa kwanza wa kutawala kwake,
mimi Danieli, kwa kuvisoma vitabu, nilielewa hesabu ya
miaka *iliyoamriwa* na neno la Bwana kwa kinywa cha nabii
Yeremia, ya kutimiza miaka sabini katika ukiwa wa
Yerusalemu.
[3] Kisha nikaelekeza uso wangu kwa Bwana Mungu, ili kuomba
kwa maombi na dua, pamoja na kufunga, kuvaa nguo za
magunia na majivu. [4] Nikamwomba Bwana Mungu wangu,
nikaungama, nikasema, "Ee Bwana, Mungu mkuu na wa
kutisha, unayeshika agano lake na rehema zake kwa wale
wanaompenda, na kwa wale wanaoshika amri zake, [5]
tumetenda dhambi na kutenda uovu, tumetenda maovu na
kuasi, hata kwa kuacha maagizo yako na hukumu zako. [6] Wala
hatukuwasikiliza watumishi wako manabii, waliosema kwa
jina lako na wafalme wetu na wakuu wetu, baba zetu na watu
wote wa nchi. [7] Ee Bwana, haki *ni* yako, lakini kwetu sisi aibu
ya uso, kama *ilivyo* leo, kwa watu wa Yuda, kwa wenyeji wa
Yerusalemu na Israeli wote, walio karibu na wale walio mbali
katika nchi zote ulizowafukuza, kwa sababu ya ukosefu wa
uaminifu waliokutendea.
[8] "Ee Bwana, kwetu sisi *kuna* haya ya uso, kwa wafalme wetu,
na wakuu wetu, na baba zetu, kwa sababu tumekutenda
dhambi. [9] Kwa Bwana Mungu wetu *kuna* rehema na
msamaha, ingawa tumemwasi. [10] Hatukuitii sauti ya Bwana

Mungu wetu, kwa kutembea katika sheria zake, alizoweka
mbele yetu kwa njia ya watumishi wake manabii. 11 Naam,
Israeli wote wamevunja sheria yako, nao wamekwenda zao,
wasiitii sauti yako; kwa hiyo laana na kiapo kilichoandikwa
katika sheria ya Musa, mtumishi wa Mungu, vimemiminwa
juu yetu, kwa sababu tumemtenda dhambi. 12 Naye
ameyathibitisha maneno yake, aliyoyasema dhidi yetu na dhidi
ya waamuzi wetu waliotuhukumu, kwa kutuletea maafa
makubwa chini ya mbingu yote; maana chini ya mbingu yote,
hayajatendeka kamwe kama yale yaliyotendeka kwa
Yerusalemu.
13 "Kama *ilivyoandikwa* katika Sheria ya Musa, maafa haya yote
yametupata; lakini hatukumwomba Bwana, Mungu wetu, ili
tugeuke na kuacha maovu yetu na kuelewa kweli yako. 14 Kwa
hiyo Bwana ameyakumbuka maafa hayo, na kuyaleta juu yetu;
kwa maana Bwana, Mungu wetu, *ni* mwenye haki katika kazi
zake zote anazofanya, ingawa hatukutii sauti yake. 15 Na sasa,
Ee Bwana, Mungu wetu, uliyewatoa watu wako katika nchi ya
Misri kwa mkono wenye nguvu, ukajifanyia jina, kama *ilivyo*
leo, tumetenda dhambi, tumetenda maovu!
16 "Ee Bwana, sawasawa na haki yako yote, nakusihi, hasira
yako na ghadhabu yako vigeuzwe kutoka katika mji wako
Yerusalemu, mlima wako mtakatifu; kwa sababu kwa ajili ya
dhambi zetu, na kwa ajili ya maovu ya baba zetu, Yerusalemu
na watu wako *ni* aibu kwa wote *wanaotuzunguka* . 17 Basi sasa,
Mungu wetu, sikia maombi ya mtumishi wako, na dua zake,
na kwa ajili ya Bwana uangaze uso wako juu ya patakatifu pako palipo
ukiwa. 18 Ee Mungu wangu, tega sikio lako, usikie; fungua
macho yako, uone ukiwa wetu, na mji ulioitwa kwa jina lako;
kwa maana hatutoi dua zetu mbele zako kwa sababu ya
matendo yetu ya haki, bali kwa sababu ya rehema zako nyingi.
19 Ee Bwana, sikia! Ee Bwana, samehe! Ee Bwana, sikiliza na
utende; usikawie kwa ajili yako mwenyewe, Mungu wangu;
kwa maana mji wako na watu wako wanaitwa kwa jina lako."

2 Mambo ya Nyakati 7:13-16
Toleo Jipya la King James

[13] Nikifunga mbingu na mvua isiwepo, au nikiwaamuru nzige
kula nchi, au kuwapelekea watu wangu tauni, [14] ikiwa watu
wangu walioitwa kwa jina langu watajinyenyekesha, na
kuomba, na kunitafuta uso, na kugeuka kutoka njia zao
mbaya; basi, nitasikia kutoka mbinguni, na kuwasamehe
dhambi yao, na kuiponya nchi yao. [15] Sasa macho yangu
yatafumbuka, na masikio yangu yatasikiliza maombi
yanayofanywa mahali hapa. [16] Kwa maana sasa nimeichagua na kuitakasa
nyumba hii, ili jina langu liwe huko milele ; na macho yangu na moyo wangu utakuwa
huko milele.

Danieli 9:1-19
Ujumbe

Ahadi ya Agano la Mungu

9 [1-4] "Dario, mwana wa Ahasuero, aliyezaliwa Mmedi, akawa
mfalme juu ya nchi ya Babeli. Katika mwaka wa kwanza wa
kutawala kwake, mimi, Danieli, nilikuwa nikitafakari
Maandiko yaliyotoa, kulingana na Neno la Mungu kwa nabii
Yeremia, idadi ya miaka ambayo Yerusalemu ilibidi ibaki
magofu, yaani, miaka sabini. Nilimgeukia Bwana Mungu,
nikiomba jibu—nikiomba kwa bidii, nikifunga chakula, nikiwa
nimevaa magunia ya toba, na kupiga magoti majivuni.
Nilimimina moyo wangu, nikimtolea Mungu, Mungu wangu,
roho yangu:
[4-8] "Ee Bwana, Mungu mkuu na mwenye rehema. Huyukosei
kamwe katika ahadi yako ya agano, usiwaache wale
wanaokupenda na kufanya yale unayosema. Lakini tumetenda
dhambi kwa kila njia inayowezekana. Tumefanya mambo
maovu, tukaasi, tukaepuka na kuchukua njia zilizo wazi.
Tumewapuuza watumishi wako manabii, waliohubiri Neno
lako kwa wafalme na viongozi wetu, wazazi wetu, na watu
wote katika nchi. Umefanya kila kitu sawa, Bwana, lakini
tunachopaswa kuonyesha kwa maisha yetu ni hatia na aibu,
sisi sote—watu wa Yuda, raia wa Yerusalemu, Israeli
nyumbani na Israeli uhamishoni katika sehemu zote ambazo
tumefukuzwa kwa sababu ya usaliti wetu kwako. Ee Mungu,
tumefichuliwa katika aibu yetu, sisi sote—wafalme wetu,

viongozi wetu, wazazi—mbele ya ulimwengu wote. Na inastahili hivyo, kwa sababu ya dhambi yetu.

9-12 "Huruma ndiyo tumaini letu pekee, huruma yako, Bwana Mungu wetu, kwa kuwa katika uasi wetu tumepoteza haki zetu. Hatukukusikiliza ulipotuambia jinsi ya kuishi, mafundisho yaliyo wazi yaliyotoka kwa watumishi wako manabii. Sisi sote katika Israeli tulipuuza maneno yako. Tuliasi maagizo yako na kufanya yale tuliyotaka. Na sasa tunalipa kwa ajili yake: Laana kuu iliyoandikwa waziwazi katika ufunuo kwa mtumishi wa Mungu Musa inafanya kazi yake sasa kati yetu, malipo ya dhambi yetu dhidi yako. Ulitutendea sisi na watawala wetu uliyosema utafanya: Ulituletea maafa haya mabaya, maafa mabaya zaidi kuwahi kurekodiwa—na katika Yerusalemu!

13-14 "Kama ilivyoandikwa katika ufunuo wa Mungu kwa Musa, janga lilikuwa kubwa. Hakuna kilichozuiliwa. Tuliendelea kutenda dhambi, hatukukufikiria tena, hatukuyajali maonyo yako yaliyo wazi, kwa hivyo hukuwa na chaguo ila kuachilia janga lituangukie kwa nguvu zote. Wewe, Mungu wetu, ulikuwa na haki kamili ya kufanya hivi kwani tulikupuuza kwa ukaidi na kwa ukaidi.

15-17 "Bwana, wewe ni Mungu wetu, kwa kuwa uliwaokoa watu wako kutoka nchi ya Misri kwa nguvu—watu bado wanazungumza juu yake! Tunakiri kwamba tumetenda dhambi, kwamba tumeishi maisha mabaya. Kwa kufuata mistari ya yale ambayo umekuwa ukifanya kila wakati katika kurekebisha mambo, kuwarekebisha *watu* , tafadhali acha kukasirika sana na Yerusalemu, mji wako mwenyewe, mlima wako mtakatifu. Tunajua ni kosa letu kwamba haya yametokea, yote kwa sababu ya dhambi zetu na dhambi za wazazi wetu, na sasa sisi ni aibu kwa kila mtu anayetuzunguka. Sisi ni doa katika ujirani. Kwa hivyo sikiliza, Mungu, sala hii ya mtumishi wako iliyoazimia. Uhurumie Patakatifu pako palipoharibiwa. Tenda kulingana na wewe ulivyo, si kutokana na jinsi tulivyo.

18 "Ee Mungu, tega masikio yako, usikie. Fungua macho yako na uangalie kwa makini mji wetu ulioharibiwa, mji huu

uliopewa jina lako. Tunajua kwamba hatustahili kusikilizwa kutoka kwako. Ombi letu ni kwa huruma yako. Sala hii ndiyo tumaini letu la mwisho na la pekee:
19 " Bwana, tusikilize!
Bwana, tusamehe! Bwana, tuangalie na ufanye jambo! Bwana, usituache! Jiji lako na watu wako wamepewa jina lako: Una hisa ndani yetu!"

2 Mambo ya Nyakati 7:13-18
Ujumbe
12-18 Mungu alimtokea Sulemani usiku huohuo na kumwambia, "Nimekubali ombi lako; naam, nimechagua mahali hapa pawe hekalu la dhabihu, nyumba ya ibada. Nikizima mvua kutoka mbinguni au kuamuru nzige wale mazao au kuwapelekea watu wangu tauni, na watu wangu, watu wangu walioteuliwa na Mungu, wakaitikia kwa kujinyenyekeza, kuomba, kutafuta uwepo wangu, na kugeuza migongo yao dhidi ya maisha yao maovu, nitakuwa tayari kwa ajili yako: Nitasikiliza kutoka mbinguni, nitawasamehe dhambi zao, na kuirejesha nchi yao katika afya. Kuanzia sasa na kuendelea niko macho mchana na usiku kwa maombi yanayotolewa mahali hapa. Niamini, nimechagua na kuitakasa Hekalu hili ulilolijenga: Jina langu limetiwa alama juu yake milele; macho yangu yako juu yake na moyo wangu humo daima. Nawe, ukiishi mbele zangu kama Daudi baba yako alivyoishi, moyo safi na matendo, ukiishi maisha niliyokuandalia, ukitii kwa makini mwongozo na hukumu zangu, basi nitautegemeza utawala wako wa kifalme juu ya Israeli—ufanye uwe jambo la uhakika juu ya msingi imara. Ninakupa agano lile lile nililompa Daudi baba yako, yaani, 'Unaweza kutegemea mzao katika kiti cha enzi cha Israeli milele.'

Saa 6 asubuhi Bwana, tunakiri dhambi ya kitaifa, uasi wa shirika, na kiburi cha pamoja; tunaomba rehema zako kuu.

Saa 3 asubuhi Hatutoi maombi yetu kwa sababu ya uadilifu wetu bali kwa sababu ya huruma yako.

Saa 12 jioni Aibu igeuke kuwa toba na toba igeuke kuwa urejesho katika nchi yetu.

Saa 3 usiku Kila agano na dhuluma, umwagaji damu, ibada ya sanamu, na ufisadi, livunjwe kwa rehema ya Mungu.

Saa 6 mchana Baba, sikia, samehe, sikiliza, na utende; usikawie kwa ajili ya jina lako.

Saa tatu usiku naamuru kwamba mahali palipo ukiwa pakumbukwe na Mungu na kujengwa upya kwa neema yake.

12am Acha ukame wa kiroho, kuanguka kwa jamii, na uharibifu wa maadili vitoe nafasi ya uponyaji na matengenezo.

3am Ee Mungu, wakumbuke watu wako, uuhifadhi ushuhuda wako, na uifufue nchi yetu kwa ajili ya jina lako kuu.

Siku ya 34 - Uinjilisti na Kukutana na Wasioamini

Maandiko: Luka 2:32; Yohana 16:8

Luka 2:32
Toleo Jipya la King James
32 Nuru ya *kuwafunulia* Mataifa,
Na utukufu wa watu wako Israeli.

Yohana 16:8
Toleo Jipya la King James
8 Naye akiisha kuja, atauhakikisha ulimwengu kwa habari ya dhambi, na haki, na hukumu;

Luka 2:32
Ujumbe
25-32 Wakati huo huko Yerusalemu, palikuwa na mtu mmoja, jina lake Simeoni, mtu mwema, mtu aliyeishi katika maombi ya kutarajia msaada kwa ajili ya Israeli. Na Roho Mtakatifu alikuwa juu yake. Roho Mtakatifu alikuwa amemwonyesha kwamba angemwona Masihi wa Mungu kabla ya kufa. Akiongozwa na Roho, aliingia Hekaluni. Wazazi wa mtoto Yesu walipomleta ndani ili kutekeleza desturi za Sheria, Simeoni alimchukua mikononi mwake na kumtukuza Mungu: Mungu, sasa unaweza kumwachilia mtumishi wako; niachilie kwa amani kama ulivyoahidi. Kwa macho yangu mwenyewe nimeona wokovu wako; sasa uko wazi kwa kila mtu kuuona: Nuru inayofunua Mungu kwa mataifa yasiyo ya Kiyahudi, na utukufu kwa watu wako Israeli.

Yohana 16:8-11

Ujumbe

[8-11] "Atakapokuja, atafunua upotovu wa mtazamo wa ulimwengu usiomcha Mungu kuhusu dhambi, uadilifu, na hukumu: Atawaonyesha kwamba kukataa kwao kuniamini mimi ni dhambi yao ya msingi; kwamba haki hutoka juu, nilipo mimi na Baba , mbali na macho yao na udhibiti wao; kwamba hukumu hufanyika huku mtawala wa ulimwengu huu usiomcha Mungu akifikishwa mahakamani na kuhukumiwa.

Saa kumi na mbili asubuhi Baba, acha nuru ya Kristo iingie gizani la kutoamini, kutojali, na upinzani mgumu.

Saa 3 asubuhi Hukuhukumu mioyo kwa dhambi, haki, na hukumu, na kuondoa mizani kutoka kwa akili zilizopofushwa.

Saa 12 jioni ninaomba kwa ajili ya kukutana na Mungu, ndoto, kutembelewa, na mafunuo yasiyopingika ya Yesu Kristo.

Saa tisa mchana Kila pazia linalofunika familia, jamii, na watu ambao bado hawajaamini, litapasuka kwa huruma ya Mungu.

Saa kumi na mbili jioni Bwana, zuia amani ya uongo na uasi wa starehe kwa imani takatifu inayoongoza kwenye wokovu.

Saa tatu usiku Watafute, wenye dhihaka wakamatwe na ukweli, na wapotevu wavutwe nyumbani.

Saa 12 asubuhi Wainue mashahidi waliojaa huruma, uwazi, na nguvu za kumhubiri Kristo kwa ufanisi.

Saa 3 asubuhi Ee Mungu, tujalie mikutano inayowabadilisha maadui kuwa mabalozi na wenye shaka kuwa waabudu.

Siku ya 35 - Vita vya Kibinafsi na Utakaso

Maandiko: Waefeso 6:10-18; Zaburi 139:23-24

Waefeso 6:10-18
Ujumbe
Kupambana hadi Mwisho
10-12 Na hilo linahitimisha. Mungu ni mwenye nguvu, naye anataka uwe imara. Kwa hivyo chukua kila kitu ambacho Bwana amekuandalia, silaha zilizotengenezwa vizuri za vifaa bora. Na uzitumie ili uweze kustahimili kila kitu ambacho Ibilisi anakutumia. Huu si vita vya wikendi ambavyo tutaachana navyo na kusahau baada ya saa chache. Huu ni wa kulinda, vita vya maisha au kifo hadi mwisho dhidi ya Ibilisi na malaika zake wote.
13-18 Kuwa tayari. Unakabiliana na mambo mengi zaidi ya unavyoweza kushughulikia peke yako. Chukua msaada wote unaoweza kupata, kila silaha ambayo Mungu ametoa, ili yote yatakapokwisha lakini kelele zikiendelea, bado usimame. Ukweli, haki, amani, imani, na wokovu ni zaidi ya maneno. Jifunze jinsi ya kuyatumia. Utayahitaji katika maisha yako yote. Neno la Mungu ni silaha *isiyoweza kuepukika* . Vivyo hivyo, maombi ni muhimu katika vita hivi vinavyoendelea. Omba kwa bidii na kwa muda mrefu. Omba kwa ajili ya ndugu na dada zako. Weka macho yako wazi. Weka roho za kila mmoja wako juu ili mtu yeyote asianguke nyuma au kuangushwa.

Zaburi 139:23-24
Ujumbe
23-24 Chunguza maisha yangu, Ee Mungu,
tafuta kila kitu kunihusu; Nichunguze na unijaribu, upate picha wazi ya ninachofanya;

Ujionee mwenyewe kama nimefanya kosa lolote—
kisha uniongoze kwenye njia ya uzima wa milele.

Waefeso 6:10-18
Toleo Jipya la King James
Silaha Zote za Mungu
10 Hatimaye, ndugu zangu, iweni hodari katika Bwana na
katika uweza wa nguvu zake. 11 Vaeni silaha zote za Mungu,
mpate kuweza kuzipinga hila za Ibilisi. 12 Kwa maana hatupigani
vita dhidi ya mwili na damu, bali dhidi ya falme na mamlaka,
dhidi ya watawala wa giza la ulimwengu huu, dhidi ya *majeshi ya* pepo
wabaya katika ulimwengu wa roho . 13 Kwa hiyo vaeni silaha
zote za Mungu, mpate kuweza kushindana siku ya uovu, na
mkiisha kuyatimiza yote, kusimama.
14 Basi, simameni, mkiwa mmejifunga kweli viunoni, mmevaa
bamba la kifuani la uadilifu, 15 na kufungia miguu yenu utayari
wa Injili ya amani; 16 zaidi ya yote, mkiitwaa ngao ya imani,
ambayo kwa hiyo mtaweza kuizima mishale yote yenye moto
ya yule mwovu. 17 Na ipokeeni kofia ya chuma ya wokovu, na
upanga wa Roho, ambao ni neno la Mungu; 18 mkisali sikuzote
kwa sala zote na dua katika Roho, mkikesha kwa kusudi hili
kwa uvumilivu wote na kuwaombea watakatifu wote;

Zaburi 139:23-24
Toleo Jipya la King James
23 Ee Mungu, unichunguze, uujue moyo wangu;
Unijaribu, ujue mawazo yangu;
24 Uone kama *kuna* njia yo yote mbaya ndani yangu,
Uniongoze katika njia ya milele.

Saa 6 asubuhi Bwana, nichunguze, nijaribu, na ufichue chochote kilicho ndani yangu kinachompa adui nafasi halali.

Saa tatu asubuhi navaa silaha zote za Mungu na kukataa kila maelewano yanayodhoofisha mamlaka ya kiroho.

Saa 12 jioni Kila muungano wa ndani na hofu, kiburi, tamaa, uchungu, na kutoamini, uvunjike sasa.

Saa 9 mchana Acha nia zilizofichwa, hamu chafu, na majeraha ambayo hayajapona yaletwe chini ya utawala wa Kristo.

Saa kumi na mbili jioni Baba, safisha usemi wangu, nidhamu mawazo yangu, na upange matamanio yangu ya vita na ibada.

Saa tatu usiku naamuru kwamba sitapoteza vita faraghani na kujaribu kuzishinda hadharani.

Saa 12 asubuhi Maisha yangu yawe kama lango lililofungwa la giza na lango lililo wazi la Roho Mtakatifu.

Saa 3 asubuhi Ee Mungu, nitakase kabisa na unifanye chombo safi cha maombezi ya kimkakati.

Siku ya 36 - Jihadhari na Upinzani Usiku wa Manane

Maandiko: Nehemia 4:9,13; Mathayo 26:41

Nehemia 4:9
Toleo Jipya la King James
9 Lakini tulimwomba Mungu wetu, na kwa ajili yao tukaweka walinzi dhidi yao mchana na usiku.

Nehemia 4:13
Toleo Jipya la King James
13 Kwa hiyo nikawaweka *watu* nyuma ya sehemu za chini za ukuta, kwenye milango, nami nikawaweka watu kulingana na jamaa zao, wakiwa na panga zao, mikuki yao, na pinde zao.

Mathayo 26:41
Toleo Jipya la King James
41 Kesheni na mwombe, msije mkaingia majaribuni. Roho *i* radhi, lakini mwili *ni* dhaifu.

Nehemia 4:9
Ujumbe
7-9 Sanbalati, Tobia , Waarabu, Waamoni, na Waashdodi waliposikia kwamba ukarabati wa kuta za Yerusalemu ulikuwa unaendelea vizuri, na kwamba sehemu zilizobomoka kwenye ukuta zilikuwa zikitengenezwa, walikasirika sana, wakajipanga, wakaamua kupigana na Yerusalemu na kusababisha matatizo mengi iwezekanavyo. Tulijibu kwa maombi kwa Mungu wetu na kuweka walinzi wa saa nzima dhidi yao.

Nehemia 4:13-14
Ujumbe

[13-14] Kwa hiyo nikaweka walinzi wenye silaha katika sehemu zilizo hatarini zaidi za ukuta, nikawaweka watu kwa jamaa zao wakiwa na panga zao, mikuki na pinde zao. Baada ya kutazama mambo yote, nikasimama na kuwaambia wakuu, maafisa na wengine wote, "Msiwaogope. Mkumbukeni Bwana, mkuu na wa kutisha, kisha mpiganeni kwa ajili ya ndugu zenu, wana wenu, binti zenu, wake zenu, na nyumba zenu."

Mathayo 26:41
Ujumbe
[40-41] Aliporudi kwa wanafunzi wake, akawakuta wamelala usingizi mzito. Akamwambia Petro, "Hamwezi kukaa nami hata saa moja? Kesheni; ombeni ili msije mkaingia majaribuni bila kujua kwamba mko hatarini. Kuna sehemu yenu ambayo ina hamu, tayari kwa lolote katika Mungu. Lakini kuna sehemu nyingine ambayo ni mvivu kama mbwa mzee anayelala karibu na moto."

Saa kumi na mbili asubuhi Baba, tunapoomba na kuweka ulinzi, acha kila usiku mashambulizi dhidi ya maendeleo yetu yazuiwe.

Saa tatu asubuhi napokea neema ya kuwa macho dhidi ya mashambulizi ya hila, uchovu wa kiroho, na upinzani usioonekana.

Saa 12 jioni Kila Sanbalati na Tobia wanaosema dharau dhidi ya ujenzi mpya wa kimungu, wanyamazishwe.

Saa tisa alasiri Acha kila mtego uliowekwa katika saa zilizofichwa ufunuliwe kabla haujakomaa na kuwa uharibifu.

Saa 6 mchana Bwana, wape watu wako ujuzi, ujasiri, na uangalifu wenye nidhamu.

Saa tatu usiku natangaza kwamba upinzani hautasimamisha ujenzi, maombi, au utimilifu wa unabii.

Saa 12 asubuhi Kila muamala wa usiku wa manane dhidi ya nyumba yangu, kazi, na wito, ufutwe kwa damu ya Yesu.

Saa 3 asubuhi Ee Mungu, imarisha ulinzi na utupe ushindi dhidi ya upinzani wote katika msimu huu.

Siku ya 37 - Ukombozi wa Eneo na Usaidizi wa Malaika

Maandiko: Zaburi 91:11-13; Matendo 12:7-10

Zaburi 91:11-13
Toleo Jipya la King James
11 Kwa maana atawaamuru malaika zake wakulinde
katika njia zako zote.
12 Mikononi *mwao* watakuchukua ,
Usije ukajikwaa mguu wako kwenye jiwe.
13 Utakanyaga simba na nyoka,
utawakanyaga simba na nyoka kwa miguu .

Matendo 12:7-10
Toleo Jipya la King James
7 Malaika wa Bwana akasimama karibu *naye,* na mwanga
ukaangaza gerezani, akampiga Petro ubavuni, akamwinua,
akisema, "Inuka upesi!" Minyororo yake ikaanguka kutoka
mikononi *mwake* . 8 Malaika akamwambia, "Jifunge na ufunge
viatu vyako." Naye akafanya hivyo . Akamwambia, "Vaa vazi
lako, unifuate." 9 Akatoka nje, akamfuata; hakujua ya kuwa
yaliyotendwa na malaika yalikuwa kweli, bali alidhani anaona
maono. 10 Walipopita kituo cha kwanza na cha pili cha walinzi,
wakafika kwenye lango la chuma linaloelekea mjini, ambalo
lilifunguka lenyewe; wakatoka, wakapita katika barabara moja,
na mara malaika akamwacha.

Zaburi 91:11-13
Ujumbe
91 1-13 Ninyi mnaokaa mbele za Mungu Aliye Juu,
laleni usiku kucha katika kivuli cha Mwenyezi Mungu, Semeni
hivi: "Mungu, wewe ndiwe kimbilio langu.
Ninakutumainia na niko salama!"

Hiyo ni kweli—anakuokoa kutoka kwenye mitego iliyofichwa, anakukinga na hatari hatari. Mikono yake mikubwa iliyonyoshwa inakulinda—chini yake uko salama kabisa; mikono yake hukinga madhara yote. Usiogope chochote—si mbwa mwitu wakali usiku, si mishale inayoruka mchana, si magonjwa yanayopita gizani, si maafa yanayozuka adhuhuri. Hata kama wengine watashindwa pande zote, wataanguka kama nzi kulia na kushoto, hakuna madhara yatakayokula hata kidogo. Utasimama bila kuguswa, tazama yote kwa mbali, tazama waovu wakigeuka kuwa maiti. Ndiyo, kwa sababu Mungu ndiye kimbilio lako, Mungu Aliye Juu ndiye makao yako mwenyewe, Uovu hauwezi kukukaribia, madhara hayawezi kuingia mlangoni. Aliwaamuru malaika zake wakulinde popote uendapo. Ukijikwaa, watakukamata; Kazi yao ni kukuzuia usianguke. Utatembea bila madhara kati ya simba na nyoka, na utawapiga simba wachanga na nyoka kutoka njiani.

Matendo 12:7-11
Ujumbe
7-9 Ghafla malaika akatokea kando yake na mwanga ukafurika chumbani. Malaika akamtikisa Petro na kumwinua: “Haraka!” Pingu zikaanguka kutoka kwenye vifundo vya mikono yake. Malaika akamwambia, “Vaa. Vaa viatu vyako.” Petro akafanya hivyo. Kisha, “Chukua koti lako na tutoke hapa.” Petro alimfuata, lakini hakuamini kwamba ni malaika kweli—alidhani alikuwa akiota.
10-11 Walipopita walinzi wa kwanza na kisha wa pili, walifika kwenye lango la chuma lililoelekea mjini. Lilifunguka lenyewe mbele yao, nao wakatoka nje barabarani, wakiwa huru kama upepo. Katika makutano ya kwanza malaika akamwacha, akienda zake mwenyewe. Hapo ndipo Petro alipogundua kuwa haikuwa ndoto. “Siwezi kuamini—hili lilitokea kweli! Bwana alimtuma malaika wake na kuniokoa kutoka kwa uchokozi mdogo wa Herode na tamasha ambalo kundi la Wayahudi lilikuwa likilitarajia.”

Saa 6 asubuhi Baba, waamuru malaika wako kutulinda katika njia zetu zote wakati huu wa mfungo na baada ya hapo.

Saa tatu asubuhi natangaza kwamba ukandamizaji wa eneo, shambulio lililoratibiwa, na vitisho visivyoonekana havitashinda.

Saa 12 jioni Mwanga uingie gerezani, vyumba vilivyofichwa, na maeneo yaliyofungwa ambapo giza limetawala.

Saa tisa usiku Kila lango la chuma linalopinga msimu wetu ujao, linafunguliwa kwa amri ya Mungu.

Saa kumi na mbili jioni Bwana, minyororo ianguke kutoka kwa viongozi, waombezi, familia, na maeneo yaliyoshikiliwa kifungoni kwa muda mrefu.

Saa tatu usiku ninawakanyaga simba, nyoka, nyoka, na kila operesheni yenye sumu ya adui.

Saa 12 asubuhi waache malaika wasindikizaji waandamane na kazi za ufalme na kuwakatisha tamaa wavamizi wa kishetani.

Saa 3 asubuhi Ee Mungu, ukombozi uonekane, uonekane, na usiopingika katikati yetu.

Siku ya 38 - Mavuno, Maeneo Mazuri, na Urejesho

Maandiko: Isaya 60:5-7; Zaburi 66:12

Isaya 60:5-7
Toleo Jipya la King James
5 Ndipo utakapoona na kung'aa,
Na moyo wako utafurika kwa furaha; Kwa sababu wingi wa
bahari utageuzwa kwako, Na utajiri wa mataifa utakujia.
6 Wingi wa ngamia utaifunika *nchi yako,*
Ngamia wadogo wa Midiani na Efa; Wote wa Sheba watakuja;
Wataleta dhahabu na uvumba, Nao watatangaza sifa za
Bwana.
7 Makundi yote ya Kedari yatakusanyika kwako,
Kondoo waume wa Nebayothi watakutumikia;
Watapanda juu ya madhabahu yangu kwa kibali, Nami
nitaitukuza nyumba ya utukufu wangu.

Zaburi 66:12
Toleo Jipya la King James
12 Umewapandisha wanadamu juu ya vichwa vyetu;
Tulipita motoni na majini; Lakini ulituleta nje kwa wingi wa utajiri.

Isaya 60:5-7
Ujumbe
Watu Wanaorudi kwa ajili ya Muungano

60 1-7 “Ondoka kitandani, Yerusalemu!
Amka. Weka uso wako kwenye mwanga wa jua. Utukufu wa
Mungu umekuzukia. Dunia nzima imefunikwa na giza, watu
wote wamezama katika giza nene, Lakini Mungu anakuzukia,
utukufu wake wa kuchomoza kwa jua unakujia. Mataifa
yatakuja kwenye nuru yako, wafalme kwenye mwangaza wa
jua lako. Tazama juu! Tazama huku na huku! Tazama
wanapokusanyika, tazama wanapokukaribia: Wana wako
wanakuja kutoka mbali, binti zako wakiwa wamebebwa na
walezi wao. Utakapowaona wakija utatabasamu—tabasamu
kubwa! Moyo wako utafurika na, ndiyo, utapasuka! Watu
wote wanaorudi baharini kwa ajili ya kuungana tena, mavuno
mengi ya uhamisho yaliyokusanywa kutoka kwa mataifa! Na
kisha mito ya misafara ya ngamia hadi mbali kadiri macho
yanavyoweza kuona, ngamia wachanga wa wahamaji huko
Midiani na Efa, Wakimimina kutoka kusini kutoka Sheba,
wakiwa wamebeba dhahabu na ubani, wakihubiri sifa za
Mungu. Na ndiyo, mkusanyiko mkubwa wa makundi kutoka
kwa wahamaji huko Kedari na Nebayothi ,
Karibu zawadi za ibada kwenye madhabahu yangu
ninapoosha Hekalu langu tukufu kwa uzuri.
Zaburi 66:12
Ujumbe
8-12 Mhimidini Mungu wetu, enyi watu!
Mkaribisheni kwa kishindo! Je, hakutuweka kwenye njia ya
uzima? Je, hakutuepusha na shimo? Alitufunza kwanza,
akatupitisha kama fedha katika moto wa kusafisha, Akatuleta
katika nchi ngumu,
akatusukuma hadi kikomo chetu, Akatujaribu ndani na nje,
akatupeleka kuzimu na kurudi; Hatimaye akatuleta mahali
hapa penye maji mengi.

Saa kumi na mbili asubuhi Baba, tulete katika nafasi yetu tajiri baada ya misimu ya shinikizo, kupogoa, na vita.

Saa 3 asubuhi Agiza hazina za nchi kavu na bahari zijibu kusudi la ufalme na uwakili wa haki.

Saa 12 jioni Kila kizuizi kwenye lango la mavuno, kiondolewe kwa mamlaka ya Yesu Kristo.

Saa tisa mchana Acha miaka iliyopotea, fursa zilizocheleweshwa, na faida zilizoibiwa zirejeshwe kwa kuongezeka.

Saa kumi na mbili jioni Bwana, kusanya rasilimali kwa ajili ya misheni, rehema, ufuasi, na athari za vizazi.

Saa tatu usiku naamuru kwamba mavuno yasife shambani na mahitaji yasipotee njiani.

Saa 12 asubuhi mataifa yalete mali zao kwa ajili ya utumishi wa ajenda ya ukombozi ya Mungu.

Saa 3 asubuhi Ee Mungu, mvike msimu huu kwa urejesho unaoonekana, ongezeko halali, na ushuhuda.

Siku ya 39 - Milima Saba Chini ya Utawala wa Kristo

Maandiko: Mathayo 6:10; Ufunuo 11:15

Mathayo 6:10
Toleo Jipya la King James
[10] Ufalme wako uje.
Mapenzi yako yatimizwe, hapa duniani kama *mbinguni* .

Ufunuo 11:15
Toleo Jipya la King James
Tarumbeta ya Saba: Ufalme Ulitangazwa
15 Kisha malaika wa saba akapiga baragumu. Na sauti kubwa zikasikika mbinguni, zikisema, " Falme za ulimwengu huu zimekuwa *falme* za Bwana wetu na za Kristo wake, naye atatawala milele na milele!"

Mathayo 6:10-13
Ujumbe
[7-13] "Ulimwengu umejaa wanaoitwa mashujaa wa maombi ambao hawajui maombi. Wamejaa fomula na programu na ushauri, mbinu za uchuuzi za kupata unachotaka kutoka kwa Mungu. Usikubali upuuzi huo. Huyu ndiye Baba yako unayeshughulika naye, naye anajua zaidi kuliko wewe unachohitaji. Kwa Mungu kama huyu anayekupenda, unaweza kuomba kwa urahisi sana. Kama hivi:
Baba yetu uliye mbinguni,
onyesha wewe ni nani. Weka ulimwengu sawa; Fanya yaliyo bora—kama ilivyo hapo juu, ndivyo ilivyo chini. Tuhifadhi hai kwa milo mitatu ya mraba.
Tuhifadhi tumesamehewa pamoja nawe na kuwasamehe wengine.
Tuhifadhi salama kutokana na nafsi zetu na Ibilisi. Wewe

ndiye unayesimamia! Unaweza kufanya chochote unachotaka! Unawaka kwa uzuri! Ndiyo. Ndiyo. Ndiyo.

Ufunuo 11:15-18

Ujumbe

Tarumbeta ya Mwisho Inasikika

15-18 Malaika wa saba akapiga tarumbeta. Sauti nyingi Mbinguni ziliimba,

Ufalme wa dunia sasa ni

Ufalme wa Mungu wetu na Masihi wake! Atatawala milele na milele!

Wazee Ishirini na wanne waliokuwa wameketi mbele za Mungu kwenye viti vyao vya enzi walipiga magoti, wakaabudu, na kuimba,

Tunakushukuru, Ee Mungu, Mwenye Enzi Kuu,

Uliyeko na Uliyekuwako. Ulichukua nguvu yako kuu na kuchukua—kutawala! Mataifa yenye hasira sasa yanaonja hasira *yako* .

Wakati umefika wa kuwahukumu wafu, kuwapa thawabu watumishi wako, manabii na watakatifu wote, kuwalipa wadogo na wakubwa wanaolicha Jina lako, na kuwaangamiza waangamizi wa dunia.

Saa 6 asubuhi Baba, ufalme wako uje na mapenzi yako yatimizwe katika dini, familia, elimu, serikali, vyombo vya habari, sanaa, na biashara.

Saa 9 asubuhi naamuru kwamba kila mlima wenye ushawishi wa kibinadamu utainama kwa serikali ya Yesu Kristo.

Saa 12 jioni Kila kiti cha enzi cha giza kinachochukua sekta za kimkakati, kitikisike na kuondolewa.

Saa 3 usiku Waacheni warekebishaji, wajenzi, waombezi, na viongozi waadilifu wawekwe katika kila nyanja.

Saa 12 jioni Bwana, sanifisha maombi, unabii, mkakati, na hatua kwa ajili ya mabadiliko ya kimaeneo.

Saa tatu usiku natangaza kwamba hakuna mlima uliotekwa sana kwa ukombozi na hakuna mfumo ulio mgumu sana kwa uvamizi wa kimungu.

Saa 12 asubuhi Sauti ya mbinguni na ishinde sauti ya Babeli katika kila eneo la kitamaduni na kiraia.

Saa 3 asubuhi Ee Mungu, dai milima saba kwa ajili ya utukufu wako na uweke ufalme unaodumu duniani.

Siku ya 40 - Shukrani, Kufunga, na Kuagiza

Maandiko: Zaburi 126:1-6; Waebrania 7:25

Zaburi 126

Toleo Jipya la King James
Kurudi Sayuni kwa Furaha
Wimbo wa Kupanda.
126 Bwana alipowarudisha mateka wa Sayuni,
tulikuwa kama waotao ndoto.
2 Ndipo midomo yetu ilipojaa kicheko, na ulimi wetu ukajaa kuimba.
Ndipo waliposema miongoni mwa mataifa,
Bwana amewatendea mambo makuu.
3 Bwana **ametutendea** mambo makuu,
nasi tunafurahi.
4 Ee Bwana, uwarudishe mateka wetu,
Kama vijito vya Kusini.
5 Wapandao kwa machozi
watavuna kwa furaha.
6 Yeye aendaye nje akilia,
akichukua mbegu za kupanda,
bila shaka atarudi kwa furaha,
akichukua miganda yake *pamoja naye.*

Waebrania 7:25
Toleo Jipya la King James
25 Kwa hiyo anaweza pia kuwaokoa **kabisa** wale wanaomjia Mungu kupitia kwake, kwa maana yeye yu hai **sikuzote** ili awaombee.

Zaburi 126

Ujumbe
126 1-3 Ilionekana kama ndoto, nzuri sana kuwa kweli,
Mungu alipowarudisha wahamishwa wa Sayuni. Tulicheka,
tuliimba, hatukuweza kuamini bahati yetu nzuri. Tulikuwa
mazungumzo ya mataifa— " Mungu alikuwa wa ajabu kwao!"
Mungu *alikuwa* wa ajabu kwetu;
sisi ni watu mmoja wenye furaha.
4-6 Na sasa, Mungu, fanya tena—
lete mvua kwa maisha yetu yaliyojaa ukame. Kwa hivyo wale
waliopanda mazao yao kwa kukata tamaa watapiga kelele
"Ndiyo!" wakati wa mavuno, Kwa hivyo wale walioondoka
kwa mioyo yenye huzuni watarudi nyumbani wakicheka,
wakiwa na mikono yenye baraka.

Waebrania 7:25
Ujumbe
23-25 Hapo awali kulikuwa na makuhani wengi, kwa sababu
walikufa na ilibidi wachukuliwe nafasi zao. Lakini ukuhani wa
Yesu ni wa kudumu. Yeye yuko pale tangu sasa hadi milele
kuwaokoa wote wanaomjia Mungu kupitia yeye, akiwa kazini
kila wakati kuwatetea.

Saa 6 asubuhi Baba, tunakushukuru kwa sababu kazi yetu katika maombi si bure na mbegu zetu zitarudi na mavuno.

Saa 3 asubuhi Tunamtukuza Yesu Kristo, Mwombezi wetu wa milele, ambaye anaishi milele kutuombea.

Saa 12 jioni ninafunga kila jibu, mafanikio, ukombozi, na muamala wa kimungu uliokamilika wakati wa mfungo huu.

Saa 3 usiku Kile kilichotungwa katika maombi kihifadhiwe kutokana na wizi, ufisadi, na hasara ya mapema.

Saa kumi na mbili jioni Bwana, tuagize kutoka kwenye mfungo huu kwa mafuta mapya, maono safi, na mamlaka yaliyojaribiwa.

Saa tatu usiku naamuru kwamba msimu huu utatoka katika maombi endelevu, si kwa bidii ya muda; katika matunda yanayodumu, si kwa hisia za muda mfupi.

Saa 12 asubuhi Acha ushuhuda wa uponyaji, wokovu, urejesho, riziki, na matengenezo uongezeke baada ya mfungo huu.

Saa 3 asubuhi Ee Mungu, kamilisha kile ulichoanza ndani yetu, kupitia sisi, na kutuzunguka, na utukufu uwe wako pekee.

Hitimisho

Kusimama kwa Uaminifu Katika Pengo

Katika siku hizi arobaini za maombi na kufunga, waumini wamejiweka mbele za Mungu kwa makusudi kwa niaba ya Kanisa, viongozi, na mataifa.

Maombezi si kuhusu maneno yanayosemwa katika maombi tu. Ni kuhusu kusimama katika pengo kati ya mbingu na dunia, ukiamini kwamba makusudi ya Mungu yanaweza kubadilisha maisha, jamii, na mataifa yote.

Nabii Ezekieli aliandika moyo wa Mungu aliposema:

"Nilitafuta mtu miongoni mwao, atakayejenga ukuta, na kusimama penye ufa mbele zangu kwa ajili ya nchi." (Ezekieli 22:30)

Mwaliko huu bado upo hadi leo.

Mungu anaendelea kuwatafuta wale watakaoomba—sio tu kwa mahitaji yao binafsi, bali kwa ajili ya hatima ya Kanisa na mustakabali wa mataifa.

Kwa miaka ishirini, saa hii ya siku arobaini—kuanzia **Machi 17 hadi Aprili 25** —imekuwa ikizingatiwa kama msimu maalum wa maombezi. Kile kilichoanza kama wito wa kibinafsi wa maombi kimekuwa mzigo wa pamoja unaobebwa na waumini wanaotambua umuhimu wa kuomba kwa ajili ya mwelekeo wa kiroho wa ulimwengu wetu.

Kupitia maombi haya tunamwomba Mungu aimarishe Kanisa Lake, awaongoze viongozi kwa hekima na haki, na kuwavuta wengi ambao hawajawahi kumjua katika mkutano wa wokovu na Yesu Kristo.

Maombi katika kitabu hiki si mwisho wa maombezi. Ni mwanzo.

Wito wa kusimama pengoni unaendelea baada ya siku hizi arobaini.

Familia zinahitaji maombi.

Makanisa yanahitaji maombi.

Jamii zinahitaji maombi.

Mataifa yanahitaji maombi.

Na milima saba ya ushawishi—dini, familia, elimu, serikali, vyombo vya habari, sanaa na utamaduni, na biashara—inahitaji waumini ambao watatafuta hekima na uingiliaji kati wa Mungu kila mara.

Unapomalizia lindo hili la siku arobaini, kumbuka kwamba Roho Mtakatifu anaendelea kuongoza maombi ya watu wa Mungu. Yesu Kristo Mwenyewe huombea mbele za Baba, na waumini kila mahali wanaalikwa kujiunga na huduma hiyo takatifu.

Bwana aimarishe kujitolea kwako kwa maombi.

Maisha yako yabaki kuwa hekalu lililo hai ambapo Roho wa Mungu anakaa.

Sauti yako iendelee kupaa mbele ya mbingu kwa niaba ya Kanisa na mataifa.

Na Ufalme wa Mungu usonge mbele katika kila nyanja ya ushawishi wa mwanadamu.

Wito unabaki wazi:

Simama kwenye pengo.
Omba bila kukoma. Amini kwa ajili ya mabadiliko ya mataifa.

Jiunge na Harakati ya Uombezi Duniani

Wito kwa Waombezi Milioni 10

Kazi hii ya maombi haikusudiwi kufanywa peke yake. Mungu anainua **kundi la waombezi wa kimataifa** watakaosimama pengo kwa ajili ya Kanisa, kwa ajili ya viongozi, na kwa ajili ya mataifa.

Kupitia kijitabu hiki, waumini kote ulimwenguni wanaalikwa kujiunga na **harakati inayokua ya maombezi ya zaidi ya wapiganaji wa maombi milioni 10** waliojitolea kumtafuta Mungu kwa ajili ya mabadiliko ya mataifa.

Unaalikwa kuungana na mojawapo ya jumuiya zetu zinazotuwezesha na kuendelea kukua katika maombi, ufuasi, na malezi ya kiroho.

Ungana na Jumuiya Zetu za Kuandaa Vifaa
Jiunge na jumuiya yoyote yenye nguvu kulingana na mambo unayopenda kiroho.
Milioni 10 - Jumuiya ya Kuandaa Vifaa vya Maombezi
Facebook
https://www.otakada.org/facebookintercessory

Shule ya Roho Mtakatifu - Jumuiya ya Uanafunzi
Facebook
https://www.otakada.org/facebookholyghostschool
Telegramu
https://t.me/holyghostschooldiscipleship

Milioni 10 Wanaowapa Jumuiya Vifaa

WhatsApp
https://www.otakada.org/whatsappintercessory

"Sisi ni Mmoja katika Kristo Yesu"
Huduma za Mungu za Tai (GEM) za WhatsApp
Jumuiya ya 1
https://www.otakada.org/whatsappcommunity1
Jumuiya ya 2
https://www.otakada.org/whatsappcommunity2

Tembelea Duka Letu la Mtandaoni
Chunguza mkusanyiko wetu wa vitabu na nyenzo za Kikristo zenye kutia moyo zilizoundwa kuwaandaa waumini kwa ajili ya maombi, ufuasi, na huduma ya Ufalme.
Nunua hapa
https://shop.otakada.org

Tutaonana Upande Mwingine
Huduma za Mungu za Tai (GEM)
Jumuiya ya Nyakati za Mwisho
Tovuti
https://www.otakada.org
Tuma barua pepe
kwa ambassador@otakada.org
Kwa shukrani,
Kamati ya Kukaribisha

WITO WA KUCHUKUA HATUA

Ushirikiano kwa Ajili ya Mavuno

Unapofunga kitabu hiki, tunakualika uendelee na safari hatua moja zaidi—sio tu katika maisha yako mwenyewe, bali katika maisha ya roho nyingi zisizohesabika kote katika mataifa. Ikiwa jumbe kutoka kwa God's Eagle Ministries (GEM) zimeimarisha, kuamsha, au kurekebisha moyo wako, tunakuomba kwa unyenyekevu ufikirie kwa maombi **kushirikiana nasi kwa ajili ya mavuno** . Ulimwengu una njaa ya ukweli, tumaini, na sauti ya upole lakini isiyo na shaka ya Roho Mtakatifu, na pamoja tunaweza kuweka jumbe hizi mahali zinapohitajika zaidi.
Tunaamini vyombo vya habari ni zaidi ya teknolojia—ni **wavu wa kiroho** uliotupwa ndani kabisa ya mataifa, vijiji, miji, na sehemu zilizofichwa. Kupitia filamu, video, redio, na huduma ya kidijitali, GEM inawafikia watu ambao huenda wasiingie kanisani, lakini mioyo yao iko wazi kukutana na Kristo aliye hai.

Ushirikiano wako unatusaidia:

1. Tengeneza Maudhui ya Filamu na Video Yaliyojaa Roho
Hadithi na mafundisho yanayoponya, kuhamasisha, na kufichua upendo wa Yesu kwa njia zilizo wazi, zinazoweza kueleweka, na zinazobadilisha maisha.

2. Tangaza Injili kwenye Redio
Kupeleka Neno la Mungu magerezani, hospitalini, katika jamii za vijijini, na sehemu zilizo mbali zaidi ya intaneti—ambapo matumaini ni machache na ukweli ni wa thamani.

3. Panua Kampeni Zetu za Kufundisha na Kufunza Mitandao ya Kijamii
Ibada za kila siku, maombi, na mafundisho yanayowaimarisha waumini, kurejesha familia, na kuwaandaa wanafunzi duniani kote.

Kwa Nini Usaidizi Wako Ni Muhimu

Kila ujumbe unaotolewa unakuwa mbegu ya nuru.
Kila fundisho linakuwa kijito cha mabadiliko. Kila tendo la ukarimu linakuwa sehemu ya mavuno ya Mungu duniani kote. Utoaji wako husaidia huduma hii kufikia roho ambazo huenda tusikutane nazo duniani, lakini hakika tutakutana nazo milele. Hakuna kiasi maalum—toa tu kama Bwana anavyokuongoza. Kila zawadi, kubwa au ndogo, ina jukumu katika kuendeleza Ufalme.

Kwa Mshirika au Kutoa:
PayPal:
https://www.paypal.com/ncp/payment/D6NEFW56KG8LU
Tithe.ly:
https://tithe.ly/give?c=308311

Flutterwave –
https://flutterwave.com/donate/bbkpkokehxlw

Njia Zote za Kutoa:
https://www.otakada.org/partnership-giving
Asante kwa kusimama nasi.
Asante kwa kupanda katika mavuno. Asante kwa kutusaidia kupeleka ujumbe wa Kristo kwa mataifa.
Bwana awabariki sana, awaongeze kwa wingi, na awazidishe kila mbegu mtakayopanda kwa utukufu wake.
Kwa jina kuu la Yesu, Amina.

—Balozi Monday O. Ogbe , Zacharias Godseagle ; Faraja Ladi Mwanzilishi wa Ogbe
, Huduma za God's Eagle (GEM)
www.otakada.org

Jinsi ya Kuzaliwa Mara ya Pili na Kuanza Maisha Mapya na Kristo

Labda umewahi kutembea na Yesu hapo awali, au labda umekutana naye tu katika siku hizi 40. Lakini hivi sasa, kuna kitu ndani yako kinachosisimka.

Uko tayari kwa zaidi ya dini.

Uko tayari kwa **uhusiano** .

Uko tayari kusema, "Yesu, nakuhitaji."

Huu ndio ukweli:

"Kwa maana kila mtu ametenda dhambi; sote tumepungukiwa na kiwango cha utukufu wa Mungu ... lakini Mungu, kwa neema yake, hutufanya tuwe waadilifu kwa uhuru mbele zake."

— Warumi 3:23-24 (NLT)

Huwezi kupata wokovu.

Huwezi kujirekebisha. Lakini Yesu tayari amelipa gharama kamili — na anasubiri kukukaribisha nyumbani.

Jinsi ya Kuzaliwa Mara ya Pili

Kuzaliwa mara ya pili kunamaanisha kusalimisha maisha yako kwa Yesu — kukubali msamaha wake, kuamini kwamba alikufa na kufufuka tena, na kumpokea kama Bwana na Mwokozi wako.

Ni rahisi. Ina nguvu. Inabadilisha kila kitu.

Omba Hili Kwa Sauti:

"Bwana Yesu, naamini Wewe ni Mwana wa Mungu. Ninaamini ulikufa kwa ajili ya dhambi zangu na kufufuka tena. Ninakiri kwamba nimetenda dhambi na ninahitaji msamaha wako. Leo, ninatubu na kugeuka kutoka kwa njia zangu za zamani. Ninakualika katika maisha yangu ili uwe Bwana na Mwokozi wangu. Nioshe safi. Nijaze na Roho wako. Ninatangaza kwamba nimezaliwa mara ya pili, nimesamehewa, na nimeachiliwa. Kuanzia leo na kuendelea, nitakufuata -

nami nitaishi katika nyayo zako. Asante kwa kuniokoa. Kwa jina la Yesu, amina."

Hatua Zinazofuata Baada ya Wokovu

1. **Mwambie Mtu** - Shiriki uamuzi wako na mwamini unayemwamini.
2. **Tafuta Kanisa Linalotegemea Biblia** – Jiunge na jumuiya inayofundisha Neno la Mungu na kuliishi. Tembelea huduma za God's Eagle mtandaoni kupitia https://www.otakada.org au https://chat.whatsapp.com/H67spSun32DDTma8TLh0ov
3. **Batizwa** - Chukua hatua inayofuata kutangaza imani yako hadharani.
4. **Soma Biblia Kila Siku** - Anza na Injili ya Yohana.
5. **Omba Kila Siku** - Zungumza na Mungu kama rafiki na Baba.
6. **Endelea Kuunganishwa** - Jiunge na watu wanaokuhimiza kutembea kwako mpya.
7. **Anza Mchakato wa Ufuasi ndani ya jamii** - Jenga uhusiano wa mtu mmoja na Yesu Kristo kupitia viungo hivi

Ufuasi wa siku 40 1 - https://www.otakada.org/get-free-40-days-online-discipleship-course-in-a-journey-with-jesus/

40 Ufuasi 2 - https://www.otakada.org/get-free-40-days-dna-of-discipleship-journey-with-jesus-series-2/

Wakati Wangu wa Wokovu
Tarehe : ______________________________

Saini : _____________________
"Mtu akiwa ndani ya Kristo, amekuwa kiumbe kipya; ya kale yamepita, mapya yamekuja!"
— 2 Wakorintho 5:17

Cheti cha Maisha Mapya katika Kristo

Tamko la Wokovu - Kuzaliwa Mara ya Pili kwa Neema
Hii inathibitisha kwamba

____

(Jina Kamili)
ametangaza hadharani **imani katika Yesu Kristo**
kama Bwana na Mwokozi na amepokea zawadi ya bure ya wokovu kupitia kifo na ufufuo wake.
"Ukikiri waziwazi kwamba Yesu ni Bwana na kuamini moyoni mwako kwamba Mungu alimfufua kutoka kwa wafu, utaokoka."
— Warumi 10:9 (NLT)
Siku hii, mbingu hufurahi na safari mpya huanza.
Tarehe ya Uamuzi : ______________________________

Saini : ______________________________

Tamko la Wokovu
"Leo, najisalimisha maisha yangu kwa Yesu Kristo.
Ninaamini alikufa kwa ajili ya dhambi zangu na kufufuka tena.
Ninampokea kama Bwana na Mwokozi wangu.
Nimesamehewa, nimezaliwa mara ya pili, na kufanywa mpya.
Kuanzia wakati huu na kuendelea, nitatembea katika hatua zake."
Karibu katika Familia ya Mungu!
Jina lako limeandikwa katika Kitabu cha Uzima cha Mwanakondoo.
Hadithi yako inaanza tu — na ni ya milele.

UNGANA NA HUDUMA ZA MUNGU ZA EAGLE

- Tovuti: www.otakada.org
- Mfululizo wa Utajiri Zaidi ya Wasiwasi: www.wealthbeyondworryseries.com
- Barua pepe: ambassador@otakada.org

- **Unga mkono kazi hii:**

Saidia miradi ya ufalme, misheni, na rasilimali za kimataifa za bure kupitia utoaji unaoongozwa na agano.

Changanua Msimbo wa QR ili Utoe

https://tithe.ly/give?c=308311

Ukarimu wako unatusaidia kufikia roho zaidi, kutafsiri rasilimali, kuwasaidia wamisionari, na kujenga mifumo ya uanafunzi duniani kote. Asante!

Wasifu wa Mwandishi

Zakaria Godseagle

Mwandishi • Mwalimu • Kiongozi Mwenye Maono

Zacharias Godseagle ni mwalimu mwenye shauku wa Neno na sauti ya utambuzi kwa Mwili wa Kristo. Akiwa amebeba neema ya kipekee ya ufahamu wa kiroho, Zakaria anahudumu kwa uwazi, kina cha unabii, na hamu inayowaka moyoni ya kuwaona waumini wakitembea katika usafi, uchaji wa Mungu, na kujisalimisha kwa kweli kwa Kristo.

Kama mfanyakazi mwenza katika kazi ya God's Eagle Ministries (GEM), ana jukumu muhimu katika kuunda maudhui ya ufuasi, mwangaza wa maandiko, na ufikiaji unaotegemea vyombo vya habari unaogusa maisha katika mipaka ya kidijitali na kimwili. Maandishi yake yanazingatia mabadiliko ya ndani, utii, na urejesho wa Kristo kwenye kiti cha enzi cha moyo wa mwamini.

Zakaria anaongozwa na imani rahisi: **moyo unapopangiliwa, hatima hupangiliwa.**

Anaendelea kuwafikia hadhira duniani kote kupitia ufundishaji, ushauri, na miradi ya ubunifu iliyojaa Roho.

Balozi Jumatatu O. Ogbe

Mwandishi • Mjumbe wa Mawasiliano wa Kimisionari • Mwanzilishi, Huduma za God's Eagle (GEM)

Balozi Jumatatu Oreojo Ogwuojo Ogbe ndiye mwanzilishi wa **God's Eagle Ministries (GEM)** — misheni ya kimataifa yenye jukumu la "kuwaunganisha watu na Mungu kupitia Neno Lake." Akijulikana kwa shauku yake kubwa ya Maombezi, ukweli, usimulizi wa hadithi za kihisia, na mafundisho ya kinabii, anahudumu katika mataifa yote kupitia

uandishi, utangazaji wa podikasti, utengenezaji wa filamu, uinjilisti wa kidijitali, na ufuasi.
Akiwa na uzoefu katika uongozi, vyombo vya habari, na misheni, Balozi Monday ana upako wa kitamaduni unaoanzia Afrika hadi Asia, Amerika, Ulaya, na Mashariki ya Kati.
Mafundisho yake yanakabiliana na vita vilivyofichwa vya moyo wa mwamini—tamaa, mapambano ya utambulisho, kuridhika kiroho, na mmomonyoko mdogo wa urafiki na Mungu.
Yeye ndiye mwandishi wa ibada nyingi, mfululizo wa vitabu, na mafundisho ya media titika ambayo huwafikia mamilioni kupitia otakada.org na majukwaa ya kidijitali ya GEM.
Ujumbe wake wa maisha ni rahisi lakini wa kina:
"Kristo anapoketi katikati, kila kitu kingine kinachukua nafasi yake sahihi."

Faraja Ladi Ogbe

Mwandishi • Mwombezi • Mfanyakazi Mwenza katika Huduma
Faraja Ladi Ogbe ni mwandishi, mwombezi, na mfanyakazi mwenza katika kazi ya Ufalme ya God's Eagle Ministries.
Akiwa na kipawa cha huruma, utambuzi, na roho ya malezi, huleta kina cha kihisia na msingi wa kiroho kwa kila mradi anaogusa.
Michango yake—mara nyingi nyuma ya pazia—hubeba harufu ya unyenyekevu, hekima, na uponyaji. Huwafariji wahudumu kupitia ushauri nasaha, maombi, ufuasi, na ushirikiano wa ubunifu, hasa katika kazi zinazosisitiza urejesho wa familia, ukomavu wa kiroho, na mabadiliko ya moyo.
Kama mwandishi, anaandika kutoka mahali pa uzoefu wa maisha na imani ya kiroho, akiwapa wasomaji uwazi, faraja, na kutia moyo kufuata ukamilifu katika Kristo.

Faraja imejitolea kuwasaidia waumini kumwona Mungu si tu katika maarifa, bali pia katika maisha ya kila siku—ambapo moyo hujifunza kumwamini, kujisalimisha, na kustawi.

Ukurasa wa Mwandishi:
https://www.amazon.com/stores/Zacharias-Godseagle/author/B0FCZ89D4K

KIAMBATISHO

Kiambatisho A

Mfano wa Maombi ya Kimkakati ya Dakika 60

Mfano huu lazima ufanyike kila siku — si mara kwa mara.

Dakika 30 — Ibada

Zingatia tu Mungu ni nani:

- Utakatifu wake
- Ukuu wake
- Rehema yake
- Haki yake
- Mamlaka yake
- Uaminifu wake

Hakuna maombi.
Hakuna maombi. Heshima tu.

Dakika 10 — Tangaza Ukuu Wake

Tangaza kwa maneno:

- Mungu anatawala maisha yangu.
- Mungu anatawala familia yangu.
- Mungu ndiye anayetawala wito wangu.
- Mungu anatawala mazingira yangu.
- Mungu anatawala taifa langu.

Mamlaka huimarishwa kupitia tamko.

Dakika 10 — Toba

Chunguza:

- Mtazamo
- Hotuba
- Nia
- Maelewano yaliyofichwa
- Uvivu wa kiroho

Ungama haswa.

Dakika 10 — Amri Zilizopangwa na Ufalme

Tangaza mpangilio unaotegemea Maandiko:

- Ninatembea katika utakatifu.
- Ninaishi kwa nidhamu.
- Ninavumilia kwa uaminifu.
- Ninatimiza kazi.
- Ninakataa kurudi nyuma.

Usiamuru tamaa ya ubinafsi.
Linganisha na Maandiko.

Kiambatisho B

Mwongozo wa Kurekebisha Nidhamu wa Siku 7

Kwa siku saba mfululizo:

1. Saa moja isiyokatizwa ya maombi yaliyopangwa kila siku.
2. Soma Injili moja kabisa.
3. Ukaguzi wa uadilifu wa usiku.
4. Hakuna umbea, malalamiko, kutia chumvi.
5. Angalau kufunga mara moja kwa makusudi.
6. Kupungua kwa kelele za kidijitali.
7. Kuingia kwa uwajibikaji kila siku.

Siku saba hurejesha unyeti.

Kiambatisho C

Kiolezo cha Agano la Utii wa Kibinafsi

Andika haya kwa mwandiko wako mwenyewe.

AGANO BINAFSI LA UAMINIFU

Mimi, ___________________________,
natangaza utii wangu kamili na wa kipekee kwa Yesu Kristo.
Ninakataa uaminifu uliogawanyika.
Ninakataa maelewano yaliyofichwa. Ninajitolea kwa utakatifu katika maisha ya faragha na ya hadharani. Ninajitolea kwa maombi yenye nidhamu. Ninajitolea kwa uaminifu unaodumu. Ninakubali kazi yangu takatifu. Ninakataa kurudi nyuma.
Ninatia muhuri agano hili mbele za Mungu.
Saini: ________________________________
Tarehe: ___________________________

BARAKA YA MWISHO YA KICHUNGAJI

Utii wako uwe thabiti.
Nidhamu yako iwe thabiti. Utakatifu wako ulinde mustakabali wako. Uvumilivu wako udumu zaidi ya nguvu zote. Kazi yako itimizwe. Risasi, usaliti, tamaa, unafiki, na minong'ono ya kurudi isikuvute nyuma.
Naomba umalize mbio zako.
Mbingu na ifurahi juu yako.
Mbele pekee.

VITABU NA RASILIMALI ZINAZOPENDEKEZWA

Niliona Moto Kutoka Mbinguni
Kutoka Jihad hadi Yesu - Utiifu Chini ya Moto

Nyaraka Zilizo Hai – Mfululizo wa Ibada wa Siku 40 |Kitabu cha 3

Kitabu Pepe – https://shop.otakada.org/product/i-saw-fire-from-heaven-from-jihad-to-jesus-allegiance-under-fire-prophet-isa-el-buba-in-epub/

Kiungo cha Kitabu Pepe cha Amazon
https://www.amazon.com/Saw-Fire-Heaven-Allegiance-Devotional-ebook/dp/B0GP9TGL2D

Agiza kupitia ingramspark
https://shop.ingramspark.com/b/084?params=L7sIm15JJC55NhWaeizvOlnnUVWZJdq7PISwLupgc8T

CS Lewis (1898-1963) - Ukristo Tu, Ulioishi Kamili: Kutoka Akili Isiyojali Hadi Maisha Yaliyobadilishwa

(Nyaraka Zilizo Hai - Mfululizo wa Ibada wa Siku 40 | Kitabu cha Kitabu cha 2)

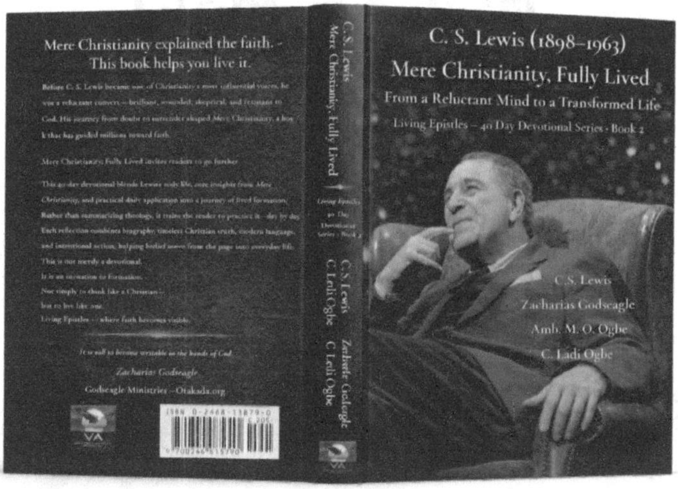

Kitabu pepe

https://www.amazon.com/Lewis-1898-1963-Mere-Christianity-Fully-ebook/dp/B0GKQ27F9N

Karatasi iliyofunikwa
https://www.amazon.com/Lewis-1898-1963-Mere-Christianity-Fully/dp/B0GM8YMXC3

Jalada gumu

https://www.amazon.com/Lewis-1898-1963-Mere-Christianity-Fully/dp/B0GM8WHXJL

Agiza kupitia kiungo -
https://shop.ingramspark.com/b/084?params=HEiG1mvNiEtCSBrrX4PON2IomPPhR8L5aoQG6wcuKCT

MTAKATIFU AUGUSTINE WA KIHIPU (354–430 BK)
Kutoka Moyo Usiotulia Hadi Maisha Yaliyoandikwa - Nyaraka Zilizo Hai – Mfululizo wa Ibada wa Siku 40 – 1

Kitabu pepe cha Amazon -
https://www.amazon.com/ST-AUGUSTINE-HIPPO-354-430-Devotional-ebook/dp/B0GJN8N9XS

Kiungo cha kuagiza cha Amazon Paperback - https://www.amazon.com/St-Augustine-Hippo-354-430-Devotional/dp/B0GJWTVLR6

cha Ingramspark - https://shop.ingramspark.com/b/084?params=BZOOW3dj93aGEtBL2Fv1VY8wV1OQvA10dtZRDgk7Z9Z

NICHANGANUE

Upyaji 7
Ponya Moyo wa Nyumba Yako katika Siku 7
Mfululizo wa Upya - Toleo la Umoja wa Familia

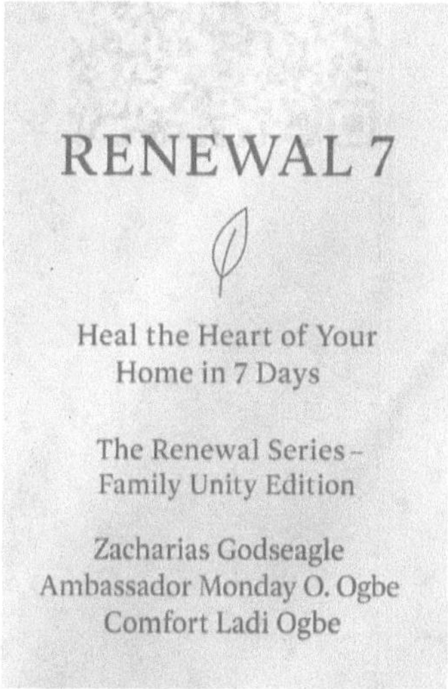

Kiungo cha Kitabu cha Karatasi -
https://shop.ingramspark.com/b/084?params=htyfL002e1JzyEpZWkKtaXWF5FJ1jZFOjgiQKEfcbnw

Kiungo cha Ukurasa wa Amazon Paperback -
https://www.amazon.com/RENEWAL-Heal-Heart-Your-Renewal/dp/B0GD92153W

Kiungo cha Kitabu pepe cha Amazon –

https://www.amazon.com/RENEWAL-Heal-Heart-Your-Renewal-ebook/dp/B0G91BMFND

NICHANGANUE –

Upyaji wa 7: Ponya Moyo wa Nyumba Yako Ndani ya Siku 7

Mfululizo wa Upya — Toleo la Umoja wa Familia

Kiungo cha Paperback -
https://shop.ingramspark.com/b/084?params=nSEelv9oUsItOu5akVZlg4ycGbbmvlBOtSiqeOZr5yQ

Kiungo cha nakala ya Amazon -
https://www.amazon.com/RENEWAL-MARRIAGE-Heart-Marriage-Renewal/dp/B0GDC1YZJ7

Kiungo cha Kitabu cha Pepe cha Amazon -
https://www.amazon.com/RENEWAL-MARRIAGE-Heart-Marriage-Renewal-ebook/dp/B0G6JXJWJL

Kiti cha Enzi cha moyo - Vita 12 ambavyo lazima tushinde

Kitabu cha kielektroniki cha Amazon -
https://www.amazon.com/THRONE-HEART-COVETOUSNESS-Counterfeit-CONTENTMENT-ebook/dp/B0G4SPFRY7

Jalada la Amazon -
https://www.amazon.com/THRONE-HEART-

COVETOUSNESS-Counterfeit-CONTENTMENT/dp/B0G4TKW1ND

Karatasi iliyorudishwa kutoka Ingramspark - https://shop.ingramspark.com/b/084?params=a75LJXtvvI63VnzeQPleQTkAJWfu8CPQV6l5Oe31D80

Mahubiri 4 kati ya 1 na Zacharias Godseagle yenye kiungo cha Sauti

cha Kitabu pepe cha Amazon - https://www.amazon.com/Sermons-Zacharias-Godseagle-Audio-links-ebook/dp/B0G4XCH4TW

Karatasi ya Amazon - https://www.amazon.com/Sermons-Zacharias-Godseagle-Audio-links/dp/B0G4TK4XGT

Kiungo cha cheche cha Ingram chenye karatasi - https://shop.ingramspark.com/b/084?params=nK2JERSkkbhdAOSNseTUNRhaCFqUPZuhB4uYfqrXvGb

MSIMBO WA HIFADHI: Uamsho wa AI

Kitabu pepe - https://www.amazon.com/Logos-Protocol-Awakening-artificial-intelligence-ebook/dp/B0FXNQFSWZ

Karatasi iliyorudishwa - https://www.amazon.com/Logos-Protocol-Awakening-artificial-intelligence/dp/B0FXNGR66D

Karatasi ngumu - https://www.amazon.com/Logos-Protocol-Awakening-artificial-intelligence/dp/B0FZNTQR6Y

Ingramspark ya Karatasi - https://shop.ingramspark.com/b/084?params=QkK4aNYTYO9U5z9uOkdHgc7Ue1eGDLqbb1tz9WRPaSk

Kwa Nini Ukombozi Hushindwa - na Jinsi Moto wa Mungu Unavyorudisha Nafsi: Matamko 40 ya Kila Siku kwa Ukombozi wa Pande Zote

Kitabu pepe - https://www.amazon.com/Why-Deliverance-Fails-Declarations-All-Round-ebook/dp/B0FW74L4G4

Karatasi iliyorudishwa - https://www.amazon.com/Why-Deliverance-Fails-Declarations-All-Round/dp/B0FWB3LXRM

Kuokolewa Lakini Kupotea – Mwongofu Asiyefunzwa – kutafsiriwa katika lugha 25

Karatasi iliyofunikwa
https://shop.ingramspark.com/b/084?params=iYNB6S3PLMfREpm0jMM15bMe3BvWlkjcYyLYnHVGAds
Kitabu pepe - https://www.amazon.com/SAVED-BUT-LOST-UNDISCIPLED-heartbreak-ebook/dp/B0FVJ29DF7

SIKU 7 ZA VITA VYA KIROHO NA KUPONA - hii ni Sehemu ya 1

Kumfunga Adui, Kurudisha Mishale Mara Saba, na Kurejesha Hatima Yako

https://shop.ingramspark.com/b/084?params=8mPzqUl73Ex7uPyeO7ydyt8EGkkB6u2gX1jZvWU8j1C

Kiungo cha kitabu cha kielektroniki -
https://www.amazon.com/DAYS-SPIRITUAL-WARFARE-RECOVERY-Returning-ebook/dp/B0FMPJM5KZ

SIKU 7 ZA VITA VYA KIROHO NA KUPONA - Sehemu ya 2 - Kufunga Ushindi, Kuvunja Uovu wa Kaya, na Kuhifadhi Hatima Yako Iliyorejeshwa

Karatasi iliyorudishwa -
https://shop.ingramspark.com/b/084?params=LkpNmGSsApHhWhiSO7bW3wFmcXQKIO4ZEBeSbP5rL1S

Kitabu cha kielektroniki -
https://www.amazon.com/DAYS-SPIRITUAL-WARFARE-RECOVERY-Wickedness-ebook/dp/B0FR9YCMY8

KUTOKA GIZANI HADI KUTAWALA: Siku 40 za Kujitenga na Mshiko Uliofichwa wa Giza

–

Ibada ya Kimataifa ya Uelewa, Ukombozi na Nguvu - Kwa Watu Binafsi, Familia, na Mataifa Yaliyo Tayari Kuwa Huru

Karatasi iliyofunikwa
https://shop.ingramspark.com/b/084?params=aVgp21QfwJxNAnkfMxIQ0yejuFCVY12KFr978SRkZUD
Amazon - https://www.amazon.com/DARKNESS-DOMINION-Devotional-Awareness-Deliverance-ebook/dp/B0FLDH2Y67

- ***Kuokolewa kutoka kwa Nguvu za Giza* (Kitabu cha Karatasi)** — Nunua Hapa | Kitabu pepe kwenye Amazon

  - **Mapitio Bora kutoka Marekani:**
    - **Mteja wa Kindle** : "Kitabu Bora Zaidi cha Kikristo Kuwahi Kusomwa!" (Nyota 5)

Yesu asifiwe kwa ushuhuda huu. Nimebarikiwa sana na ningependekeza kila mtu asome kitabu hiki... Kwa maana mshahara wa dhambi ni mauti, lakini karama ya Mungu ni uzima wa milele. Shalom! Shalom!

- **Da Gster** : "Hiki ni kitabu cha kuvutia sana na cha ajabu." (Nyota 5)

Ikiwa yaliyosemwa katika kitabu ni kweli basi tuko nyuma sana katika kile ambacho adui anaweza kufanya! ... Lazima kwa yeyote anayetaka kujifunza kuhusu vita vya kiroho.

- **Visa** : "Napenda kitabu hiki" (nyota 5)

Hii ni njia ya kufungua macho... ungamo la kweli... Hivi majuzi nimekuwa nikiitafuta kila mahali ili kuinunua. Nimefurahi sana kuipata kutoka Amazon.

- **FrankJM** : "Tofauti kabisa" (nyota 4)

Kitabu hiki kinanikumbusha jinsi vita vya kiroho vilivyo halisi. Pia kinanikumbusha sababu ya kuvaa "Silaha Kamili za Mungu."

- **JenJen** : "Kila mtu anayetaka kwenda Mbinguni - soma hii!" (Nyota 5)

Kitabu hiki kilibadilisha maisha yangu sana. Pamoja na ushuhuda wa John Ramirez, kitakufanya uangalie imani yako tofauti. Nimekisoma mara 6!

- *Mshetani wa Zamani: The James Exchange* (Paperback) — Nunua Hapa | Kitabu pepe kwenye Amazon

- ***USHUHUDA WA MWANZO WA ZAMANI WA KISHETANI MWafrika*** - *Mchungaji JONAS LUKUNTU MPALA* (Kitabu cha Karatasi) — Nunua Hapa | Kitabu pepe kwenye Amazon

- **_Greater Exploits 14_ (Kitabu cha Karatasi) —** Nunua Hapa | Kitabu pepe kwenye Amazon

- *Kutoka kwenye Cauldron ya Ibilisi* na John Ramirez — Inapatikana kwenye Amazon

- *Alikuja Kuwaweka Wafungwa Huru* na Rebecca Brown — Tafuta kwenye Amazon

Vitabu vingine vilivyochapishwa na mwandishi - Zaidi ya vitabu 1000

Kupendwa, Kuchaguliwa na Kukamilika : Safari ya Siku 30 kutoka Kukataliwa hadi **Urejesho** iliyotafsiriwa katika lugha 40 za dunia
https://www.amazon.com/Loved-Chosen-Whole-Rejection-Restoration-ebook/dp/B0F9VSD8WL

https://shop.ingramspark.com/b/084?params=xga0WR16muFUwCoeMUBHQ6HwYjddLGpugQHb3DVa5hE

Katika Hatua Zake — Changamoto ya Siku 40 ya Vita vya Kwanza vya Dunia: Kuishi Kama Yesu katika Hadithi za Maisha Halisi Kote Duniani

https://www.amazon.com/His-Steps-Challenge-Real-Life-Stories-ebook/dp/B0FCYTL5MG

https://shop.ingramspark.com/b/084?params=DuNTWS59IbkvSKtGFbCbEFdv3Zg0FaITUEvlK49yLzB

YESU MLANGONI:
Hadithi 40 za Kuvunja Moyo na Onyo la Mwisho la Mbinguni kwa Makanisa ya Leo
https://www.amazon.com/dp/B0FDX31L9F

https://shop.ingramspark.com/b/084?params=TpdA5j8WPvw83glJ12N1B3nf8LQte2a1lIEy32bHcGg

JESUS AT THE DOOR
40 HEARTBREAKING STORIES AND HEAVEN'S FINAL WARNING TO TODAY'S CHURCHES
ZACHARIAS GODSEAGLE,
COMFORT LADI OGBE,
AMBASSADOR MONDAY O. OGBE

MAISHA YA AGANO: Siku 40 za Kutembea katika Baraka ya Kumbukumbu la Torati 28

- https://www.amazon.com/dp/B0FFJCLDB5

Hadithi kutoka kwa Watu Halisi, Utiifu Halisi, na Halisi

https://shop.ingramspark.com/b/084?params=bH3pzfz1zdCOLpbs7tZYJNYgGcYfU32VMz3J3a4e2Qt

Mabadiliko katika lugha zaidi ya 20

KUMJUA NA KUMJUA:
Siku 40 za Uponyaji, Uelewa, na Upendo wa Kudumu

https://www.amazon.com/KNOWING-HER-HIM-Healing-Understanding-ebook/dp/B0FGC4V3D9

https://shop.ingramspark.com/b/084?params=vC6KCLoI7Nnum24BVmBtSme9i6k59p3oynaZOY4B9Rd

KAMILI, SI KUSHINDANA:
Safari ya Siku 40 kuelekea Kusudi, Umoja, na Ushirikiano

https://shop.ingramspark.com/b/084?params=5E4v1tHgeTqOOuEtfTYUzZDzLyXLee30cqYo0Ov9941

https://www.amazon.com/COMPLETE-NOT-COMPETE-Journey-Collaboration-ebook/dp/B0FGGL1XSQ/

MSIMBO WA AFYA WA KIMUNGU - Funguo 40 za Kila Siku za Kuamsha Uponyaji Kupitia Neno la Mungu na Uumbaji Kufungua Nguvu ya Uponyaji ya Mimea, Maombi, na Matendo ya Kinabii

https://shop.ingramspark.com/b/084?params=xkZMrYcEHnrJDhe1wuHHWixZDViiArCeJ6PbNMTbTux

https://www.amazon.com/dp/B0FHJT42TK

Vitabu vingine vinaweza kupatikana kwenye ukurasa wa mwandishi https://www.amazon.com/stores/Ambassador-Monday-O.-Ogbe/author/B07MSBPFNX

www.ingramcontent.com/pod-product-compliance
Lightning Source LLC
LaVergne TN
LVHW032025041026
849517LV00008B/2739
* 9 7 9 8 2 9 5 7 0 2 6 7 9 *